新 わくわく 文法リスニング100 1
耳で学ぶ日本語

Mastering Japanese by Ear
利用听力学日语
Học tiếng Nhật qua việc luyện nghe

英語・中国語・ベトナム語 付き

小林典子・フォード丹羽順子・高橋純子・梅田 泉・三宅和子 〔著〕

にほんごの凡人社

はじめに

　この本は、『わくわく文法リスニング99』の改訂版です。旧版は20年以上、多くの日本語の教室で使われてきました。しかし、20年が経過して、練習問題やイラストの中に時代の変化に合わないものが出てきました。そこで、今回、練習問題をすべて見直しました。『新・わくわく文法リスニング100』には、前と同じ練習もたくさんありますが、新しい練習もあります。旧版は先生に助けてもらいながら勉強するように作られていましたが、新版では、学習者が一人でも勉強できるように本の構成を変えました。旧版では「練習問題（ワークシート）」と「音声スクリプト」が別々の本でしたが、新版では、1冊の中に両方を入れました。さらに、「音声スクリプト」に英語、中国語、ベトナム語の翻訳も付けました。その結果、練習問題は、初級前半の［1］と初級後半の［2］の2冊に分かれました。

　リスニングの教材には、あるまとまった内容の話を聞いて全体のだいたいの意味を理解するタイプの教材（A）と、短い文や会話を一つ一つ正確に聞くタイプの教材（B）があります。この教材は、Bのタイプで、特に文法に注意して聞き、発話の意味を正確に理解する練習です。この教材で、以下の二つの目的が達成されることを願っています。

　一つは、文法の規則とその意味に自分で気づき理解を深めることです。文法の規則については、みなさんの文法の教科書や参考書で知識を得ることもできますが、この教材の練習のように、発話を聞きながら気づいて学ぶことも大切です。そのために、それぞれの練習問題は、文法の規則に気づけるように工夫して作ってあります。一つ一つの文の意味を考えて答えていくうちに、その文法の意味がわかってくるでしょう。そうすると、よく聞けるようになります。よく聞けるようになると、さらに文法がよくわかってきます。

　もう一つの目的は、日常生活でよく使われる短い会話を自然な発話速度で聞いて、慣れることです。だれがどのような場面で何を話しているのか、考えながら何度も聞いてください。

　この教材がみなさんの日本語の勉強に役立つことを願っています。

2017年　著者一同

Preface

This is a revised edition of "わくわく文法リスニング 99." The previous edition has been used in many Japanese classrooms for more than twenty years. However, after twenty years we have noticed the use of outdated vocabulary and illustrations. We, therefore, took a fresh look at the entire book. "新・わくわく文法リスニング 100" has a lot of the same exercises as the previous edition, but also has new exercises. Although the previous book was created to study with assistance from teachers, the revised edition has the new structure so that students will be able to study by themselves. The old edition was separated into two books; "練習問題 (worksheet)" and "音声スクリプト (script)," but we combined the two together for the revised edition. In addition we added English, Chinese and Vietnamese translations for the script. Consequently, it has been divided into two separate books, the first book [1] covers the first level of elementary Japanese and the second book [2] covers the second level of elementary Japanese.

Generally there are two types of listening materials for language learning; Type (A), which asks students to grasp the basic understanding of the entire story after listening to it, Type (B), which asks students to listen accurately to short sentences or conversations. This book belongs to Type B, so it has exercises for listening carefully, asking students to pay close attention to grammar, and to understand the meaning of utterances. By using this book we are hoping that students achieve the following two objectives.

The first objective is to become aware of the grammatical rules and their meanings by yourself and to deepen your understanding of them. Although you can gain this knowledge by reading grammar textbooks or reference books, it is also important to recognize the grammatical rules and learn them while listening to the utterance exercises in this book. For this reason, each exercise in this book was crafted so that you can take notice of the grammatical rules. You should be able to understand the meaning of the grammar while thinking about the meaning of each sentence and answering the questions. By doing these exercises, your listening skill should improve. When the listening skill improves, the understanding of the grammar follows.

Another objective is to get students used to the natural speech flow of short conversations that are used commonly in day-to-day Japanese life. Please listen to them repeatedly while thinking about who is speaking what in what kind of situation.

It is our hope that this book will be useful for your Japanese studies.

2017 The authors

序

本书是「わくわく文法リスニング 99」的改订版。旧版书在众多日语班使用已经超过 20 年。但 20 年后的今天，有些习题和插图脱离了时代的要求。因此，我们决定重新审视习题部分。「新・わくわく文法リスニング 100」一书，在采用大量旧版习题的基础上，增加了一些新的习题。旧版的构成适合在教师的帮助下循序渐进地学习时使用，而新版的构成可以适用于自学成才者。旧版是习题集和录音原稿分别成册，而新版则把习题和录音原稿汇成一册，并且在录音原稿后附录了英语、汉语和越南语的翻译版。习题集分为「初级前 1」「初级后 2」两册。

听力教材可分为两种类型。一种是听一段有连续性的对话录音后，大致理解对话内容的 A 型教材，另一种是逐字逐句听懂每句对话和短暂录音对话的 B 型教材。本教材是 B 型教材，习题也都是在特别注意语法现象后，正确理解对话意义的习题。本教材有如下两个目的。

目的之一是：使学生自觉发现和深入理解语法规则与其意义。有关语法规则的知识，可以在任何语法书或参考书中获取，但我们认为，像本教材这样，边听、边发现、边学习也非常重要。因

此，在我们审视习题时，尽量做到使学生自觉发现语法规则。学生在经过深思熟虑后一一回答问题的过程中，就会越来越理解其语法意义。这样，就会达到听懂的效果。达到听懂效果后，就会更加深入理解语法规则。

本教材的目的之二是：习惯日常生活中短句和短话的自然语速。反复听录音对话，并认真思考对话的是什么人，在怎样的场景下，发出怎样的对话内容。

但愿本教材能够成为大家学习日语的好帮手。

2017 年　编者

LỜI NÓI ĐẦU

Cuốn sách này là bản sửa đổi bổ sung của cuốn " わくわく文法リスリング 99". Bản cũ của cuốn sách đã được sử dụng rộng rãi trong rất nhiều lớp học tiếng Nhật suốt hơn 20 năm qua. Tuy nhiên, sau 20 năm, nhiều chi tiết trong các bài luyện tập và hình ảnh minh họa đã không còn phù hợp với sự đổi thay của thời đại. Bởi vậy, lần này chúng tôi đã xem xét lại toàn bộ nội dung các bài luyện tập trong cuốn sách. Trong cuốn " 新・わくわく文法リスリング 100" này, có nhiều bài luyện tập giống với bản cũ, nhưng cũng có rất nhiều đổi mới. Ở bản cũ, sách được biên soạn để học sinh có thể học dưới sự chỉ dẫn của giáo viên; còn ở bản mới này, chúng tôi đã chỉnh sửa sao cho người học có thể tự mình học được. Ngoài ra, ở bản cũ, phần " 練習問題 " (Luyện tập trả lời câu hỏi) và phần " 音声スクリプト " (Nội dung bài nghe) được chia thành các quyển sách riêng biệt; còn ở bản mới này, chúng tôi đã tổng hợp cả hai phần vào chung một quyển sách. Hơn nữa, phần " 音声スクリプト " (Nội dung bài nghe) đã được dịch sang tiếng Anh, tiếng Trung và tiếng Việt. Bởi vậy, phần Luyện tập đã được chia làm 2 nửa, " 初級前半 "-nửa đầu sơ cấp (1) và " 初級後半 "-nửa sau sơ cấp (2).

Sách nghe gồm 2 cuốn, cuốn (A) với dạng bài nghe có nội dung tổng quát để nắm được ý nghĩa tổng thể của đoạn hội thoại, và cuốn (B) với dạng bài nghe chính xác từng từ, từng câu trong đoạn hội thoại. Ở cuốn B, các bài luyện tập chú trọng đặc biệt vào ngữ pháp, đòi hỏi hiểu được chính xác từng lời nói. Chúng tôi hi vọng rằng bằng giáo trình này, các bạn học sinh có thể đạt được hai mục tiêu dưới đây.

Mục tiêu đầu tiên là có thể tự nhận ra và hiểu sâu được các quy tắc ngữ pháp và ý nghĩa của chúng. Các bạn có thể đọc sách ngữ pháp, sách tham khảo để biết được các kiến thức về quy tắc ngữ pháp, tuy nhiên, như ở phần luyện tập của giáo trình này, việc vừa nghe vừa nhận biết và ghi nhớ các quy tắc đó cũng rất quan trọng. Để cho các bạn học sinh có thể nhận ra các quy tắc ngữ pháp, chúng tôi đã rất tỉ mỉ và kì công trong biên soạn mỗi bài luyện tập. Có lẽ trong lúc suy nghĩ ý nghĩa của từng câu và trả lời từng câu hỏi, các bạn có thể dần dần hiểu ra ý nghĩa của cấu trúc ngữ pháp đó. Như vậy, kỹ năng nghe của bạn sẽ tốt hơn, và nhờ thế các bạn lại càng nắm chắc hơn ngữ pháp.

Mục tiêu thứ hai là nghe những đoạn hội thoại ngắn về cuộc sống hằng ngày ở tốc độ nói bình thường và quen với tốc độ đó. Người nói là ai, họ đang ở trong hoàn cảnh nào, họ nói những gì, là những câu hỏi mà khi nghe các bạn cần suy nghĩ, và hãy nghe đi nghe lại nhiều lần.

Hi vọng rằng giáo trình này sẽ giúp ích cho việc học tiếng Nhật của các bạn.

Năm 2017　Các tác giả

この本について

● **対象レベル**

この教材は、日本語の勉強を始めたばかりの人から、すでに200〜300時間勉強した初級学習者を対象にしています。また、初級の学習が終わった人で聴解力が弱いと感じている人にもいい練習になります。

① **日本語初級の学習者**

新しく学習する文法項目が含まれている文を聞きながら、その文法の理解を深めることができます。そして、さまざまな場面での日本語の使い方が学べます。

② **初級の学習が終わった人**

自然な発話速度の日本語に慣れる練習になります。また、初級文法が復習できます。

会話をそのまま覚えれば、話す力を伸ばす練習にもなるでしょう。

● **構成**

『新・わくわく文法リスニング100』は [1]（第1課〜第50課）と [2]（第51課〜第100課）があります。各課は「学習目的（翻訳付き）」「留意点（翻訳付き）」「練習問題」と、巻末にある「音声スクリプト（翻訳付き）」で構成されています。また、「CD-ROM（MP3）」と「解答」は別に付いています。

Introduction

● **Target level**

This teaching material is intended for the students who have just started learning Japanese to the beginners who have already studied Japanese for 200-300 hours. This can also be used as the practice for the students who completed the elementary level, yet feel the need of more training in listening comprehension.

(1) Beginners

Beginners can deepen the grammatical understanding as listening to the sentences with new grammatical points. At the same time they can acquire the usage of Japanese in various situations.

(2) Those who have completed the elementary level

They can practice to get used to the Japanese utterance in natural speed. They can at the same time review the grammatical points in the beginning level. Memorization of the dialogs can be a good practice to develop the proficiency in speaking.

● **Structure**

"新・わくわく文法リスニング100" is made up of two volumes: [1] (Chapter 1 ~ Chapter 50) and [2] (Chapter 51 ~ Chapter 100.) Each chapter consists of "Main Point (with translation in English, Chinese, and Vietnamese)," "Notes (with translation)," Exercises," and "Script for the exercises (with translation)." "The CD-ROM (MP3)" and "Answers" are provided separately.

关于本书

●**对象水平**

本教材的适合对象为刚刚起步的初学者～有 200-300 小时学习经历的初级学生。同时也适用于学完初级教材，但是听力比较薄弱的学生练习。

①初级学生使用时

听新出语法项目的句子录音，加深理解语法意义。并且能学到各种场景下的日语的使用方法。

②学完初级的学生使用时

可以作为习惯自然的日语语速的练习用。同时也可以复习初级语法。背诵整体对话，也可以增进对话能力。

●**构成**

「新・わくわく文法リスニング100」分为两册。即：[1]（1 ～ 50 课）和［2］（51 ～ １００课）。各课由［学习目的（有翻译）］［注意事项（有翻译）］和［练习题］以及末尾［录音原稿（有翻译）］组成。另外，还分别附有［CD-ROM(MP3)］和［答案］。

NỘI DUNG GIÁO TRÌNH

- **Đối tượng sử dụng**

Giáo trình này dành cho những người ở trình độ từ mới bắt đầu học tiếng Nhật cho tới trình độ sơ cấp, đã học tiếng Nhật được khoảng 200~300 giờ. Ngoài ra, giáo trình này cũng rất hữu ích với những người đã học xong trình độ sơ cấp nhưng kĩ năng nghe vẫn còn nhiều hạn chế.

(1) Học sinh ở trình độ sơ cấp

Có thể vừa nghe những câu chứa các cấu trúc ngữ pháp mới học, vừa hiểu sâu hơn các cấu trúc đó. Ngoài ra, người học có thể rút ra cách sử dụng tiếng Nhật trong nhiều hoàn cảnh khác nhau.

(2) Học sinh đã học xong sơ cấp

Luyện tập để làm quen với tốc độ tự nhiên thường ngày khi nói tiếng Nhật. Ngoài ra, có thể ôn tập lại ngữ pháp sơ cấp. Chỉ cần nhớ được lời thoại, học sinh đã có thể nâng cao được khả năng nói của mình.

- **Cấu thành giáo trình**

Giáo trình "新・わくわく文法リスリング100" gồm cuốn (1) (từ bài 1 đến bài 50) và cuốn (2) (từ bài 51 đến bài 100). Mỗi bài học đều có các phần "Mục tiêu bài học (có dịch)", "Lưu ý (có dịch)", "Luyện tập", và phần "Nội dung bài nghe (có dịch)" ở cuối sách. Ngoài ra, sách có kèm theo CD-ROM (MP3) và giải đáp.

使い方
つかかた

課の順番は、簡単な文法から難しい文法へと並んでいます。みなさんは、この順番通り練習してもいいですし、クラスで習ったことのある文法の課を選んで練習してもいいでしょう。

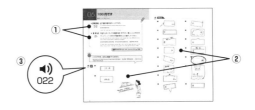

① 練習問題をする前に、「学習目的」と「留意点」を読んでください。これらは、翻訳があるので、それを読んだらわかりやすいでしょう。「留意点」には、文法について、簡単な説明がありますが、もっと知りたい人は自分で調べたり、先生に聞いたりしてください。

② 次に、「練習問題」のワークシートをよく見て、何をするのか、イラストはどんな意味なのかを考えてから、練習問題を始めてください。

③ 🔊の数字はMP3ファイルの番号です。誰が誰に話しているのか、どんな場面か、考えながら聞いてください。

④ 答えを書くのに時間がかかる場合は、ポーズ（一時停止）を押して音声を途中で止めて練習してください。

⑤ 音声が途中で止まって、先を予測する練習も多数あります。この場合も、ポーズを押して解答するといいでしょう。

⑥ 練習問題が終わったら、巻末にある音声スクリプトや、正解を見て、答えを確認してください。

⑦ 確認した後、何度も繰り返して聞くことで、よく聞けるようになります。

How to use this book

The chapter progresses from simple grammar points to more complicated ones. You may practice in order, or you may choose the chapters with the grammar you have already learned in class.

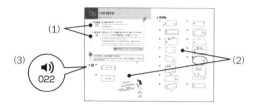

(1) Read "Main Point" and "Notes" before starting the exercises. It may be easier if you read the provided translation. There is a brief grammar explanation in "Main Point". Please check it up by yourself or ask your teacher if you want to know more about it.
(2) Start doing the exercises after taking a good look at the "Exercises" worksheet and understanding what you are supposed to do and what the illustration means.
(3) Numbers under (◀)) is the MP3 file numbers. Listen to it as you think about who is talking to whom and what the situation is.
(4) If you need more time writing your answers, stop the sound by pressing "pause (temporary stop)."
(5) There are many exercises in which the sound stops in the middle of the sentences and you guess what comes after. You may want to answer by pressing "pause" in these exercises as well.
(6) After finishing the exercises, look at the script and the correct answers at the end of the book and check your answers.
(7) You will be able to develop your listening skills by listening many times to the exercises after checking the answers.

使用方法

本教材的构成本着语法由浅入深的原则。在使用时，可以按照本教材的顺序练习，也可根据所学语法选择性练习。

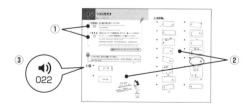

① 在开始练习之前,请事先阅读[学习目的]和[注意事项]。这些都附有翻译,读过翻译版,就会更加明确学习目的。在[注意事项]中,也有简单的语法讲解,如果看不懂的话,请及时请教老师或自行调查。
② 认真阅读[习题卷],认真思考习题的目的,插图的意义,然后再做练习。
③ ◀)的数字是CD(MP3)练习的序号。请认真听,是什么人之间的对话,在怎样的场景下的对话。
④ 在写答案需要时间时,请将录音做暂停。
⑤ 有很多练习是需要在中途暂停录音预测后句的,这些练习也最好利用暂停功能。
⑥ 在习题练习后,参考书后的录音原稿和正确答案,确认自己的答案。
⑦ 确认答案后,反复听录音,就会提高听力。

CÁCH SỬ DỤNG GIÁO TRÌNH

Các bài học trong giáo trình được sắp xếp theo thứ tự ngữ pháp từ dễ đến khó. Các bạn có thể học theo thứ tự này, cũng có thể chọn lọc học những bài có các mẫu ngữ pháp đã được dạy trên lớp để luyện tập.

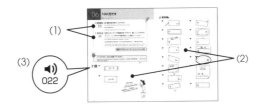

(1) Trước khi bắt tay vào phần "Luyện tập", các bạn hãy đọc kĩ phần "Mục tiêu bài học" và "Lưu ý". Những phần này đều đã được dịch nên các bạn có thể đọc phần dịch cho dễ hiểu. Ở phần "Lưu ý" có giải thích một cách đơn giản về các mẫu ngữ pháp sử dụng trong bài, tuy nhiên nếu bạn muốn hiểu rõ thêm, hãy tự mình tra cứu hoặc hỏi thầy cô giáo.
(2) Tiếp theo, bạn hãy nhìn xuống phần "Luyện tập", xem bài yêu cầu làm gì, và nghĩ xem hình ảnh minh họa có ý nghĩa gì, rồi mới bắt tay vào làm bài.
(3) Số đi cùng hình ◀) chính là số thứ tự của file MP3. Bạn hãy vừa nghe vừa nghĩ xem ai đang nói chuyện với ai, và họ nói trong hoàn cảnh nào.
(4) Trong trường hợp bạn cần nhiều thời gian để viết câu trả lời, hãy bấm nút "Pause" để tạm dừng âm thanh.
(5) Có nhiều bài luyện tập mà âm thanh dừng giữa chừng và yêu cầu bạn dự đoán phần nội dung tiếp theo. Với những bài tập như vậy, có lẽ bạn cũng nên bấm nút "Pause" tạm dừng để trả lời câu hỏi.
(6) Sau khi làm xong bài luyện tập, bạn hãy xem "Nội dung bài nghe" ở cuối sách, hoặc xem câu trả lời đúng để kiểm tra lại bài làm của mình.
(7) Sau khi đã kiểm tra lại câu trả lời của mình, bạn hãy nghe đi nghe lại thật nhiều lần để nâng cao năng lực nghe hiểu.

目次
もくじ
Table of contents／目录／Mục lục

01 **中山さんはがくせいです**
なかやま
「〜は〜です」... 1 ［スクリプト118］

02 **中山さんはせんせいじゃありません**
なかやま
「〜です」「〜じゃありません」... 5 ［スクリプト120］

03 **サリーさんの国もイギリスです**
くに
「〜の〜」「も」... 7 ［スクリプト123］

04 **あ、そうですか**
「そうです」「そうですか」... 10 ［スクリプト125］

05 **25、205、250**
すうじ Numbers／数字／Số .... 14 ［スクリプト129］

06 **100円です**
えん
ねだん Prices／价钱／Giá bán .... 16 ［スクリプト130］

07 **だれといきますか**
「だれ」「どこ」「なに」「いくら」「なんまい」........................... 18 ［スクリプト132］

08 **きのう、よみました**
「〜ます」「〜ません」「〜ました」「〜ませんでした」..................... 20 ［スクリプト134］

09 **四人です**
よにん
助数詞「〜つ」「〜人」「〜枚」 Counter suffix／量词／Đơn vị đếm .... 23 ［スクリプト138］
じょすうし　　　　にん　　まい

10 **友だちにとけいをあげました**
とも
授受動詞(1)「あげる」「もらう」「かす」「かりる」など
じゅじゅどうし
Giving and receiving verbs (1)／授受动词 (1)／Động từ cho nhận (1) .... 25 ［スクリプト141］

11 **田中さんはきってを買いました**
たなか　　　　　　　　　　　　か
助詞「を」「へ」「に」「で」＋動詞 Particle+Verb／助词＋动词／Trợ từ＋Động từ .... 28 ［スクリプト143］
じょし　　　　　　　　　　　　どうし

12 **電話があります**
でんわ
「あります」「います」... 30 ［スクリプト145］

13	**へやの中に男の子がいます** 　位置(1) Locations (1)／位置 (1)／Vị trí (1)	32	[スクリプト147]
14	**お手洗いはかいだんの下にあります** 　位置(2) Locations (2)／位置 (2)／Vị trí (2)	34	[スクリプト148]
15	**聞く、食べる、あける、まつ** 　動詞の辞書形 Dictionary form of V／动词的字典形／Thể từ điển của động từ	37	[スクリプト150]
16	**書いてください** 　動詞のテ形(1) -te form of Verbs (1)／动词的テ形 (1)／Động từ ở thể -te (1)	39	[スクリプト152]
17	**どうぞ食べてください** 　動詞のテ形(2) -te form of Verbs (2)／动词的テ形 (2)／Động từ ở thể -te (2)	41	[スクリプト153]
18	**お金がありませんから、買いません** 　理由の「～から」 "から" for reason／表示理由或原因的「～から」／"A から" biểu đạt lý do	43	[スクリプト154]
19	**あたらしいです** 　形容詞(1) Adjectives (1)／形容词 (1)／Tính từ (1)	45	[スクリプト156]
20	**日本語はむずかしくないですね** 　形容詞(2) Adjectives (2)／形容词 (2)／Tính từ (2)	48	[スクリプト158]
21	**うちへ帰ってべんきょうします** 　継起の「～て」 　"～て" for listing successive actions and events／继续发生的「～て」／ 　"～て" liệt kê các hành động theo trình tự	50	[スクリプト160]
22	**へやでお茶を飲みました** 　「で」「に」	52	[スクリプト161]
23	**何時ですか** 　時刻 Time／时间／Thời gian	54	[スクリプト163]
24	**10時からです** 　時刻＋「から」「まで」「に」「ごろ」 Time／时间／Thời gian ＋「から」「まで」「に」「ごろ」	57	[スクリプト165]
25	**5月3日** 　日にち Date／日期／Ngày tháng	60	[スクリプト167]
26	**ちょっと休みたいです** 　「～たい」「～たくない」	62	[スクリプト168]

xi

27	**あたまがいたいんです**		
	「～んです」	65	［スクリプト171］
28	**ここには入らないでください**		
	「～ないでください」	67	［スクリプト173］
29	**えんぴつで書いてもいいですか**		
	「～てもいい」	69	［スクリプト175］
30	**すわってもいいですか**		
	「～てもいいですか」「～ないでください」	71	［スクリプト177］
31	**あいています**		
	状態の「～ている」 "～ている" for Expressing a state of affairs／表示状态的「～ている」／"～ている" biểu đạt trạng thái	73	［スクリプト179］
32	**まだ買っていません**		
	「～ていない」	75	［スクリプト181］
33	**ペン、持っていますか**		
	「～ている」「～ていない」	77	［スクリプト185］
34	**先生はいつ日本にいらっしゃいましたか**		
	尊敬語(1) 不規則形 Honorific verbs (1)／敬语 (1)／Động từ kính ngữ (1)	80	［スクリプト189］
35	**先生はすぐいらっしゃいますよ**		
	尊敬語(2) 不規則形 Honorific verbs (2)／敬语 (2)／Động từ kính ngữ (2)	82	［スクリプト191］
36	**おなかがいたいんです**		
	体の部位 Parts of the body／身体部位／Phận của cơ thể	84	［スクリプト193］
37	**かぜをひいたので病院へ行きます**		
	「～ので」	86	［スクリプト195］
38	**小さい、高い、しずかな、げんきな**		
	名詞修飾(1) イ形容詞とナ形容詞 Noun modification (1)／名词修饰 (1)／Bổ nghĩa cho danh từ (1)	87	［スクリプト198］
39	**アメリカのほうが日本より広いです**		
	形容詞の比較 Comparison using adjectives／形容词的比较／Câu so sánh sử dụng tính từ	90	［スクリプト200］
40	**もうお買いになりましたか**		
	尊敬語(3) 規則形「お～になる」「お～ください」 Honorific verbs (3)／敬语 (3)／Động từ kính ngữ (3)	93	［スクリプト202］

41 この家はやねがチョコレートです
「〜は〜が〜」 .... 95 ［スクリプト204］

42 あした雨がふったらへやで勉強します
「〜たら」 .... 97 ［スクリプト205］

43 むずかしいと思います
「〜と思う」 .... 99 ［スクリプト207］

44 右にまがるとありますよ
条件の「〜と」と道順
"〜と" for conditions and giving directions ／表示条件的「〜と」和顺路／
Dùng "と" khi đưa ra điều kiện và khi chỉ đường .... 101 ［スクリプト209］

45 はやく帰ったほうがいいですよ
「〜たほうがいい」「〜ないほうがいい」 .... 103 ［スクリプト211］

46 おきてからコーヒーを飲みました
「〜てから」「〜たあとで」「〜るまえに」 .... 105 ［スクリプト213］

47 何をしていますか
進行の「〜ている」
"〜ている" for progressive actions ／表示正在进行的「〜ている」／
"〜ている" biểu đạt hành động tiếp diễn .... 108 ［スクリプト214］

48 すずきさんがくれました
授受動詞(2)「あげる」「もらう」「くれる」「さしあげる」「いただく」「くださる」
Giving and receiving verbs (2)／授受动词(2)／Động từ cho nhận (2) .... 110 ［スクリプト216］

49 山田さんが行ったきっさてんです
名詞修飾(2) Noun modification (2)／名词修饰(2)／Bổ nghĩa cho danh từ (2) .... 112 ［スクリプト218］

50 駅前でバスをおります
助詞＋動詞 Particle+Verb／助词＋动词／Trợ từ + Động từ .... 114 ［スクリプト220］

xiii

中山さんはがくせいです

「～は～です」

▶ **学習目的**: 「～は～です」を勉強する。
　Main point
　学习目的
　Mục tiêu

　You study "～は～です".

　学习「～は～です」句型。

　Học cấu trúc "～は～です".

▶ **留意点**: 文型は次の3つです。
　Notes
　注意事项
　Lưu ý

　　　1.「～は～です」
　　　2.「～の～は～です」
　　　3.「～は～の～です」

　ワークシートを読んでから、練習を始めてください。「は」「の」に注意しましょう。

　There are three sentence patterns. "1. ～は～です" "2. ～の～は～です" "3. ～は～の～です" Please start practicing after reading the worksheet. Pay attention to は and の.

　主要句型有3个。1.「～は～です」2.「～の～は～です」3.「～は～の～です」请在阅读ワークシート之后再练习。请注意「は」「の」。

　Có 3 cấu trúc ngữ pháp: 1. "～は～です", 2. "～の～は～です", 3. "～は～の～です". Sau khi đọc câu hỏi bạn hãy bắt đầu thực hành. Chú ý tới trợ từ "は" và "の".

音声スクリプト Script ／录音脚本／ Nội dung bài nghe ▶▶▶ **p.118**

I 正しいものを選んでください。
Select the appropriate answer. ／请选择正确答案。／ Hãy chọn câu trả lời đúng.

🔊 002 　例　　中山さん　＝　[ⓐ. がくせい / b. りゅうがくせい / c. せんせい]

中山
なかやま

🔊 003 　練習

❶ 山田さん　＝　[a. がくせい / b. りゅうがくせい / c. せんせい]

❷ ミカさん　＝　[a. がくせい / b. りゅうがくせい / c. せんせい]

❸ 田中さん　＝　[a. がくせい / b. りゅうがくせい / c. せんせい]

❹ サリーさん　＝　[a. がくせい / b. りゅうがくせい / c. せんせい]

II 正しいものを選んでください。
Select the appropriate answer. ／请选择正确答案。／ Hãy chọn câu trả lời đúng.

例 004

中山さん ＝ つくば大学の ［ (a). がくせい / b. りゅうがくせい / c. せんせい ］

練習 005

❶ 田中さん ＝ 山田先生の ［ a. がくせい / b. りゅうがくせい / c. ともだち ］

❷ サリーさん ＝ 田中さんの ［ a. がくせい / b. りゅうがくせい / c. ともだち ］

❸ ミカさん ＝ つくば大学の ［ a. がくせい / b. りゅうがくせい / c. ともだち ］

❹ 山田先生 ＝ ［ a. きょういく / b. けいざい / c. かがく ］ の せんせい

❺ わだ先生 ＝ ［ a. とうきょうだいがく / b. つくばだいがく / c. ちばだいがく ］ の せんせい

III 正しいものを選んでください。
Select the appropriate answer. ／请选择正确答案。／ Hãy chọn câu trả lời đúng.

例 中山さんの { a. くに / (b.) せんもん / c. せんせい } = けいざい

練習

❶ 田中さんの { a. くに / b. せんもん / c. せんせい } = 山田先生

❷ ミカさんの { a. くに / b. せんもん / c. せんせい } = きょういく

❸ サリーさんの { a. くに / b. せんもん / c. せんせい } = イギリス

❹ わだ先生のせんもん = { a. かがく / b. けいざい / c. きょういく }

❺ ジョンさんのせんせい = { a. やまだ先生 / b. きむら先生 / c. わだ先生 }

02 中山さんはせんせいじゃありません

「〜です」「〜じゃありません」

▶ **学習目的** Main point / 学习目的 / Mục tiêu：「〜は〜です」「〜は〜じゃありません」を勉強する。

You study "〜は〜です", "〜は〜じゃありません".

学习「〜は〜です」「〜は〜じゃありません」句型。

Học cấu trúc: " 〜は〜です " và " 〜は〜じゃありません ".

▶ **留意点** Notes / 注意事项 / Lưu ý：「じゃありません」は名詞文を否定するときに使います。練習で、○と×を書きます。○は「正しい」、×は「違う」という意味です。

"じゃありません" is used to negate a nominal sentence. Please use ○ and × on the practice section. ○ means "Correct", and × means "Incorrect."

「じゃありません」用于否定名词句时使用。练习时写成○×。○用于表示正确，×用于表示错误。

" じゃありません " dùng khi phủ định danh từ. Trong phần thực hành, hãy viết ○ khi đúng, viết × khi sai.

音声スクリプト Script／录音脚本／Nội dung bài nghe ▶▶▶ p.120

I

例のように、右のことばと左のことばの関係が正しいときは○、違うときは×をつけてください。

Draw a circle if two words matches, draw a cross if they do not as shown in the example.／仿造例句，左右词语关系正确时，画画○，不正确时，画画×。／Hãy khoanh ○ khi mối quan hệ giữa từ vựng ở bên phải và từ vựng ở bên trái được biểu đạt đúng, gạch × khi mối quan hệ này bị biểu đạt saitheo mẫu.

 例　❶ 中山さん ＝ がくせい　　❷ 中山さん ✕ せんせい

008

中山

🔊 009 **練習**

① 田中(たなか)さん ＝ がくせい
② ジョンさん ＝ せんせい
③ サリーさん ＝ りゅうがくせい
④ ミカさん ＝ にほんじん
⑤ 田中(たなか)さん ＝ つくばだいがくのがくせい
⑥ サリーさん ＝ 田中(たなか)さんのともだち
⑦ 山田(やまだ)せんせい ＝ けいざいのせんせい
⑧ ジョンさん ＝ イギリスのりゅうがくせい
⑨ 中山(なかやま)さん ＝ 山田(やまだ)せんせいのがくせい
⑩ ミカさん ＝ イギリスのりゅうがくせい

＼わくわく／

II 例(れい)のように、右(みぎ)のことばと左(ひだり)のことばの関係(かんけい)が正(ただ)しいときは〇、違(ちが)うときは×をつけてください。

Draw a circle if two words matches, draw a cross if they do not as shown in the example. ／仿造例句，左右词语关系正确时，请画〇，不正确时，请画×。／ Hãy khoanh 〇 khi mối quan hệ giữa từ vựng ở bên phải và từ vựng ở bên trái được biểu đạt đúng, gạch × khi mối quan hệ này bị biểu đạt sai theo mẫu.

🔊 010 **例** ① 田中(たなか)さん ⑤ がくせい ② 田中(たなか)さん ✕ せんせい

🔊 011 **練習**

① サリーさん ＝ りゅうがくせい
② ミカさん ＝ にほんじん
③ 田中(たなか)さん ＝ つくばだいがくのがくせい
④ サリーさん ＝ 田中(たなか)さんのともだち
⑤ 山田(やまだ)せんせい ＝ けいざいのせんせい
⑥ ジョンさん ＝ イギリスのりゅうがくせい
⑦ 中山(なかやま)さん ＝ 山田(やまだ)せんせいのがくせい
⑧ ミカさん ＝ イギリスのりゅうがくせい

03 サリーさんの国もイギリスです

「〜の〜」「も」

▶ **学習目的**：「は」「も」「の」の使い方がわかる。
Main point
学习目的
Mục tiêu

You understand how to use "は", "も" and "の".

理解「は」「も」「の」的使用方法。

Nắm được cách sử dụng của trợ từ " は ", " も ", " の ".

▶ **留意点**：助詞はとても大切です。助詞の位置と意味を考えながら聞いてく
Notes
注意事项
Lưu ý
ださい。

Knowing proper usage of particles is very important. Please listen carefully while paying attention to the placement and meaning of the particles.

助词非常重要，在听录音时请注意助词的位置和意义。

Trợ từ rất quan trọng trong câu. Khi nghe hãy suy nghĩ về vị trí và ý nghĩa của trợ từ.

音声スクリプト Script ／ 录音脚本 ／ Nội dung bài nghe ▶▶▶ **p.123**

I （　）にひらがなを書いてください。

Fill in the blanks with the appropriate hiragana. ／请在（　）里写平假名。／Hãy điền từ Hiragana vào trong ngoặc.

例
① 中山さん（ は ）がくせいです。
② 中山さん（ は ）つくばだいがく（ の ）がくせいです。

練習

① 田中さん（　）がくせいです。
② 中山さん（　）がくせいです。
③ 田中さん（　）ちばだいがく（　）がくせいです。
④ サリーさん（　）せんもん（　）けいざいです。
⑤ 田中さん（　）せんもん（　）けいざいです。
⑥ ミカさん（　）カナダ（　）りゅうがくせいです。
⑦ サリーさん（　）田中さん（　）ともだちです。
⑧ ミカさん（　）田中さん（　）ともだちです。
⑨ ジョンさん（　）くに（　）イギリスです。
⑩ サリーさん（　）くに（　）イギリスです。
⑪ ミカさん（　）せんもん（　）きょういくです。
⑫ ジョンさん（　）せんもん（　）かがくです。

II （　）にひらがなを書いてください。

Fill in the blanks with the appropriate hiragana.／请在（　）里写平假名。／Hãy điền từ Hiragana vào trong ngoặc.

例
田中さん（は）がくせいです。中山さん（も）がくせいです。
田中さん（は）ちばだいがく（の）がくせいです。
中山さん（は）つくばだいがく（の）がくせいです。

練習

❶ 田中さん（　）せんもん（　）けいざいです。
　中山さん（　）せんもん（　）けいざいです。
　田中さん（　）せんせい（　）山田せんせいです。
　中山さん（　）せんせい（　）木村せんせいです。

❷ サリーさん（　）ちばだいがく（　）がくせいです。
　田中さん（　）ちばだいがく（　）がくせいです。
　サリーさん（　）せんもん（　）けいざいです。
　田中さん（　）せんもん（　）けいざいです。

❸ 中山さん（　）つくばだいがく（　）がくせいです。
　ミカさん（　）つくばだいがく（　）がくせいです。
　中山さん（　）せんもん（　）けいざいです。
　ミカさん（　）せんもん（　）きょういくです。

❹ ジョンさん（　）とうきょうだいがく（　）がくせいです。
　ジョンさん（　）せんもん（　）かがくです。
　和田せんせい（　）がくせいです。
　ジョンさん（　）中山さん（　）ともだちです。

04 あ、そうですか

「そうです」「そうですか」

▶ **学習目的**
Main point
学习目的
Mục tiêu

：「そうです」「そうですか」の使い方がわかる。

You understand how to use "そうです", "そうですか".

理解「そうです」「そうですか」的使用方法。

Nắm được cách sử dụng của " そうです " và " そうですか ".

▶ **留意点**
Notes
注意事项
Lưu ý

：これらは、会話をするときによく使う表現です。相手の質問を肯定するときには、例えば、「はい、そうです」、否定するときには、「いいえ、ちがいます」のように答えます。では、「か」のついた「そうですか」はどんなときに使いますか。注意しながら聞いてください。

These expressions are often used in a conversation. You say for example "そうです" when you agree with the question and "いいえ、ちがいます" when you disagree with. Then when do you use "そうですか ?" Please listen carefully.

这些表达方法都使用于对话中，在肯定对方的说法时，使用「はい、そうです」，否定对方的说法时，使用「いいえ、ちがいます」。在听录音时，请注意，带「か」的「そうですか」在什么时候使用呢？

" そうです " và " そうですか " được sử dụng rất nhiều trong hội thoại. Ví dụ, khi khẳng định nội dung câu hỏi của người hỏi là đúng thì trả lời " はい、そうです ", khi phủ định nội dung đó thì dùng " いいえ、ちがいます ".Ta sử dụng " そうですか " trong trường hợp nào? Bạn hãy lắng nghe và chú ý.

音声スクリプト Script ／录音脚本／ Nội dung bài nghe ▶▶▶ **p.125**

I 正しいものを選んでください。その後で、確かめてください。

Select the appropriate answer. Then confirm your answer. ／请选择正确答案。然后确认答案。／ Hãy chọn câu trả lời đúng. Sau đó, hãy kiểm tra lại.

016 例 ❶ (ⓐ. そうです　b. ちがいます)
❷ (a. そうです　ⓑ. ちがいます)

017 練習

❶ (a. そうです　b. ちがいます)
❷ (a. そうです　b. ちがいます)
❸ (a. そうです　b. ちがいます)
❹ (a. そうです　b. ちがいます)
❺ (a. そうです　b. ちがいます)
❻ (a. そうです　b. ちがいます)
❼ (a. そうです　b. ちがいます)
❽ (a. そうです　b. ちがいます)
❾ (a. そうです　b. ちがいます)
❿ (a. そうです　b. ちがいます)
⓫ (a. そうです　b. ちがいます)
⓬ (a. そうです　b. ちがいます)
⓭ (a. そうです　b. ちがいます)
⓮ (a. そうです　b. ちがいます)

正しいものを選んでください。その後で、確かめてください。

Select the appropriate answer. Then confirm your answer. ／请选择正确答案。然后确认答案。／ Hãy chọn câu trả lời đúng. Sau đó, hãy kiểm tra lại.

1 (ⓐ. そうです　　b. ちがいます　　c. そうですか)
2 (a. そうです　　b. ちがいます　　ⓒ. そうですか)
3 (a. そうです　　ⓑ. ちがいます　　c. そうですか)
4 (a. そうです　　b. ちがいます　　ⓒ. そうですか)

練習

❶
1. (a. そうです　b. ちがいます　c. そうですか)
2. (a. そうです　b. ちがいます　c. そうですか)
3. (a. そうです　b. ちがいます　c. そうですか)
4. (a. そうです　b. ちがいます　c. そうですか)

❷
1. (a. そうです　b. ちがいます　c. そうですか)
2. (a. そうです　b. ちがいます　c. そうですか)
3. (a. そうです　b. ちがいます　c. そうですか)
4. (a. そうです　b. ちがいます　c. そうですか)

❸
1. (a. そうです　b. ちがいます　c. そうですか)
2. (a. そうです　b. ちがいます　c. そうですか)
3. (a. そうです　b. ちがいます　c. そうですか)
4. (a. そうです　b. ちがいます　c. そうですか)

❹
1. (a. そうです　b. ちがいます　c. そうですか)
2. (a. そうです　b. ちがいます　c. そうですか)
3. (a. そうです　b. ちがいます　c. そうですか)
4. (a. そうです　b. ちがいます　c. そうですか)

❺
1. (a. そうです　b. ちがいます　c. そうですか)
2. (a. そうです　b. ちがいます　c. そうですか)
3. (a. そうです　b. ちがいます　c. そうですか)
4. (a. そうです　b. ちがいます　c. そうですか)

05　25、205、250

すうじ　Numbers ／数字／ Số

▶ **学習目的**：数字を聞く練習をする。
（がくしゅうもくてき）
Main point
学习目的
Mục tiêu

You practice listening to numbers.

练习听数字。

Luyện tập nghe các con số.

▶ **留意点**：何度も練習してください。発音で注意するものは次のようなもの
（りゅういてん）
Notes
注意事项
Lưu ý

です。

300（さんびゃく）、600（ろっぴゃく）、800（はっぴゃく）、3000（さんぜん）などの百、千の音。4（よん）。10（じゅう）、100（ひゃく）、1,000（せん）は「いち」を言いませんが、10,000（いちまん）は「いち」を言います。

Please listen to numbers many times. You need to pay attention to the following when you pronounce. Sound for hundred and thousand like 300（さんびゃく）600（ろっぴゃく）800（はっぴゃく）3000（さんぜん）. 4（よん）. You don't say "いち" for 10（じゅう）, 100（ひゃく）and 1000（せん）, but must say "いち" for 10,000（いちまん）.

请反复练习。在发音上，如下的数字需要特别注意。300（さんびゃく）、600（ろっぴゃく）、800（はっぴゃく）、3000（さんぜん）等百位和千位的音。还有 4（よん）。另外，在 10（じゅう）、100（ひゃく）、1000（せん）的发音时，前面不用加 1（いち），而 10000 的时候，却要说成（いちまん）。

Hãy luyện tập nghe thật nhiều lần. Chú ý tới cách phát âm của những số hàng trăm, hàng nghìn, như: 300（さんびゃく）, 600（ろっぴゃく）, 800（はっぴゃく）, 3000（さんぜん）... Số 4（よん）. Ta không nói "いち" với số 10（じゅう）, 100（ひゃく）, 1000（せん）, nhưng nói "いち" với số 10,000（いちまん）.

音声スクリプト Script ／录音脚本／ Nội dung bài nghe ▶▶▶ **p.129**

正しい数字を選んでください。
Select the appropriate number. ／请选择正确数字。／Hãy chọn số chính xác.

例
❶ (25)　205　250
❷ 25　205　(250)

 練習

| a. | 18 | 81 | 108 |
| b. | 18 | 81 | 108 |

c.	56	65	506
d.	65	56	605
e.	65	605	650

f.	69	96	609
g.	96	906	916
h.	96	906	916

i.	48	408	418
j.	48	408	418
k.	408	418	4008

| l. | 101 | 110 | 111 |
| m. | 101 | 110 | 111 |

n.	305	315	350
o.	305	350	3035
p.	335	3035	3135

q.	801	810	811
r.	801	810	811
s.	810	811	8100

t.	160	1600	10600
u.	1600	1060	1160
v.	1160	1610	16100

| w. | 267 | 1067 | 2607 |
| x. | 2067 | 2607 | 2617 |

| y. | 7805 | 7850 | 78050 |
| z. | 8750 | 78050 | 78500 |

06　100 円です

ねだん　Prices ／价钱／Giá bán

▶ **学習目的**：店で値段を聞き取ることができる。
Main point
学习目的　　You practice listening to prices being used at a store.
Mục tiêu
　　　　　　练习听店里的价钱。

　　　　　　Luyện tập nghe giá bán tại cửa hàng.

▶ **留意点**：お店の人はいろいろな表現を使いますから、難しいことばもある
Notes
注意事项　　でしょう。いくらなのかを聞き取ることに集中してください。
Lưu ý
　　　　　　You may hear difficult words because sales people use many different expressions. Please concentrate on listening to numbers.

　　　　　　店员使用各种说法回答问题，其中也许使用比较难的词汇。请集中精力听价钱。

　　　　　　Vì nhân viên cửa hàng sử dụng nhiều cách nói đa dạng nên bạn có thể thấy những từ khó. Hãy tập trung nghe vào phần giá bán là bao nhiêu.

音声スクリプト Script ／录音脚本／Nội dung bài nghe ▶▶▶ p.130

\ わくわく /

いくらですか。ねだんを書いてください。
How much is it? Write the price of each item in the blank. ／多少钱？请写出价钱。／Giá là bao nhiêu? Hãy viết giá.

🔊 022　例　❶

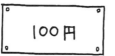

❷

100 円

練習
023

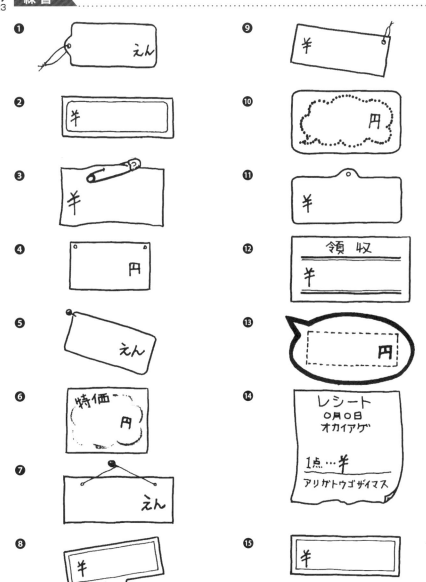

07 だれといきますか

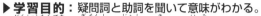
「だれ」「どこ」「なに」「いくら」「なんまい」

▶ **学習目的**
Main point
学习目的
Mục tiêu
: 疑問詞と助詞を聞いて意味がわかる。

You understand the meaning of the question by hearing an interrogative and a particle.

听录音，理解疑问词和助词。

Nghe từ nghi vấn và trợ từ để hiểu ý nghĩa.

▶ **留意点**
Notes
注意事项
Lưu ý
: 女の人が言ったことに、男の人が疑問詞を使って質問します。疑問詞のあとの助詞に注意して、質問の意味を理解してください。意味がわかったら、答えになるものを、絵の中から選びます。会話の中では、疑問詞と助詞だけの短い質問をよく使います。

A man asks a question using an interrogative after the woman's comment. Please get the meaning of the question by paying attention to the particles coming after interrogatives. Please select the answer from the pictures when you understand the meaning. The short questions with only an interrogative and a particle are often used in a conversation.

在女生的发言后，男生使用疑问词提问。请注意疑问词后面的助词，正确理解提问的意思。在理解意思后，从图中选出答案。在对话中，经常使用只有疑问词和助词的短句。

Nhân vật nam dùng từ nghi vấn để hỏi về nội dung mà nhân vật nữ đã nói. Hãy chú ý vào trợ từ phía sau từ nghi vấn để nắm được ý nghĩa câu hỏi. Khi đã nắm được ý nghĩa, bạn hãy chọn câu trả lời thích hợp từ trong tranh. Trong hội thoại, những câu hỏi ngắn chỉ có từ để hỏi và trợ từ thường được sử dụng.

音声スクリプト Script／录音脚本／Nội dung bài nghe ▶▶▶ **p.132**

\ わくわく /

適当な答えを選んでください。
Select the appropriate answer.／请选择正确答案。／Hãy chọn câu trả lời thích hợp.

1 (a)
2 (b)

きのう、よみました

「～ます」「～ません」「～ました」「～ませんでした」

▶ **学習目的**: 「～ます」「～ません」「～ました」「～ませんでした」を勉強する。
　Main point
　学习目的
　Mục tiêu

You study "～ます", "～ません", "～ました", and "～ませんでした".

学习「～ます」「～ません」「～ました」「～ませんでした」句型。

Học về thể "～ます", "～ません", "～ました", "～ませんでした".

▶ **留意点**: ここでは次の10個の基本的な動詞のマス形を勉強します。
　Notes
　注意事项
　Lưu ý

> 見る、聞く、行く、来る、帰る、読む、書く、買う、
> 出す、勉強する

この10個の動詞がどの絵かを確認してください。マス形は、否定と肯定、過去と非過去の形があります。ここで何度も聞いて、覚えてください。

You learn -masu form of the following ten basic verbs.
　　見る，聞く，行く，来る，帰る，読む，書く，出す，勉強する
Please match the pictures and verbs. -masu form of the verbs have four different forms; the affirmative, the negative, the past tense and the non-past tense. Please listen to them many times and memorize them.

在这里集中学习10个基本动词的マス形。基本动词是:「见る、闻く、行く、来る、帰る、读む、书く、买う、出す、勉强する」。首先确认这10个基本动词的图片。マス形有否定和肯定，过去和非过去的形式。在此反复听录音，并记住。

Tại bài học này, bạn học thể -masu (V-masu) của 10 động từ cơ bản sau: 見る、聞く、行く、来る、帰る、読む、書く、買う、出す、勉強する. Hãy xác nhận xem 10 động từ này ứng với bức tranh nào. Thể -masu (V-masu) có dạng phủ định và khẳng định, quá khứ và phủ định quá khứ. Hãy nghe thật nhiều lần để ghi nhớ.

音声スクリプト Script／录音脚本／Nội dung bài nghe ▶▶▶ p.134

I わくわく

適当な絵を選んでください。同じ絵を何度選んでもいいです。
Select the appropriate picture. The same picture may be used more than once. ／请选择正确答案图画。答案图画可重复选择。／ Hãy chọn bức tranh phù hợp. Có thể chọn cùng 1 bức tranh nhiều lần.

◀)) 026 例

❶	❷	❸
d	c	a

◀)) 027 練習

❶	❷	❸	❹	❺	❻	❼	❽	❾	❿

わくわく II

適当な絵を選んでください。同じ絵を何度選んでもいいです。

Select the appropriate picture. The same picture may be used more than once. ／请选择正确答案图画。答案图画可重复选择。／ Hãy chọn bức tranh phù hợp. Có thể chọn cùng 1 bức tranh nhiều lần.

🔊 028 例　| b |

🔊 029 練習

❶	❷	❸	❹	❺	❻	❼	❽	❾	❿

⓫	⓬	⓭	⓮	⓯	⓰	⓱	⓲	⓳	⓴

四人です
よにん

助数詞「〜つ」「〜人」「〜枚」 Counter suffix／量词／Đơn vị đếm
じょすうし　　　　　にん　まい

▶ **学習目的**　：人を数えるときの言い方や、いろいろなものを数えるときの言い
がくしゅうもくてき　　ひと　かぞ　　　　　　　い　かた　　　　　　　　　　　　　　　　　　かぞ　　　　　　　　い
Main point
学习目的　　　　方がわかる。
Mục tiêu　　　　かた

You understand how to count people and other things.

理解数人和数物时的表达方法。

Nắm được cách nói khi đếm người hay đếm các vật khác nhau.

▶ **留　意　点**　：どんなものにどんな助数詞がつくのか、数がいくつなのか、聞い
りゅう　い　てん　　　　　　　　　　　　　　　　じょすうし　　　　　　　　　　かず　　　　　　　　　　　　き
Notes
注意事项　　　　てください。特に、「ひとり」「ふたり」「よっつ」「やっつ」など似
Lưu ý　　　　　　　　　　　とく

ている音には注意してください。
おと　　　ちゅうい

Please listen carefully to the usage of the counters and numerals. Especially pay attention to numbers that have similar sounds like "ひとり", "ふたり", "よっつ", "やっつ".

练习什么样的东西，带怎样的量词，数字是多少。特别注意「ひとり」「ふたり」「よっつ」「やっつ」等有相近音的单词。

Hãy nghe thật nhiều lần để nắm được đơn vị đếm nào dùng cho đếm đồ vật nào, và số lượng là bao nhiêu. Đặc biệt chú ý đến những từ có cách phát âm khá giống nhau như: "ひとり", "ふたり", "よっつ", "やっつ".

音声スクリプト Script／录音脚本／Nội dung bài nghe ▶▶▶ **p.138**
おんせい

適当な絵を選んでください。

Select the appropriate picture. ／请选择正确答案图画。／ Hãy chọn bức tranh phù hợp. Có thể chọn cùng 1 bức tranh nhiều lần.

a 	b 	c 
d 	e 	f 
g 	h 	i 
j 	k 	l 
m 	n 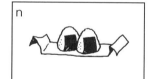	o 

例

❶	❷
g	h

練習

❶	❷	❸	❹	❺	❻	❼	❽	❾	❿	⓫	⓬	⓭

友<ruby>だ<rt></rt></ruby>ちにとけいをあげました

授受動詞 (1)「あげる」「もらう」「かす」「かりる」など
Giving and receiving verbs (1)／授受动词 (1)／Động từ cho nhận (1)

▶ **学習目的**
Main point
学习目的
Mục tiêu

：「〜に」とその後の動詞を聞いて、物の動きや人の行為の方向がわかる。

You understand if the direction of the things and the person's action are towards the subject or away from it by listening to verbs preceded by に.

听录音中「〜に」后面的动词，理解［物］的移动方向和人的行为方向。

Nghe "〜に"và động từ phía sau để hiểu hướng của hành động của người, hướng chuyển động của vật.

▶ **留意点**
Notes
注意事项
Lưu ý

：ここでは、人と人の間でモノが移動したり、誰かが誰かに対して何かをするときの言い方を練習します。助詞の「〜に」と、その後の動詞の意味に注意してください。「〜に」は、from 〜 /to 〜 の２つの意味があり、動詞によって意味が決まります。

In this chapter you practice how to express giving and receiving, and that someone does something to someone. Please pay attention to the particle "に" and the verb comes after. "に" has two meanings "from 〜" and "to 〜", and this is decided by the verb.

在此练习人和人之间［物］的移动时，和［谁为谁做了什么］时的表达方法。请注意助词「〜に」和它之后的动词的意思。「〜に」有 from〜/to〜的两种意思，它的意思由动词来决定。

Luyện tập cách nói khi người này cho hoặc nhận từ người khác vật gì, hoặc khi người này làm cho người khác điều gì. Hãy chú ý đến trợ từ "に" và ý nghĩa của động từ ở phía sau. Lưu ý rằng "〜に" có 2 ý nghĩa là: "from 〜", hoặc "to〜", tùy theo động từ mà ý nghĩa của "〜に" thay đổi.

音声スクリプト Script／录音脚本／Nội dung bài nghe ▶▶▶ **p.141**

（　）に ← か → を書いてください。

In each blank, draw the appropriate arrow. ／请在（ ）中画表示方向的 ← 或 →。／ Hãy viết ← hoặc → vào trong ngoặc theo mẫu.

 例　❶　山田　　[←]　サリー

❷　（わたし）　[→]　ともだち

練習

❶　（わたし）　[　　]　サリー

❷　サリー　[　　]　ともだち

❸　山田　[　　]　ともだち

❹　（わたし）　[　　]　サリー

❺　山田　[　　]　ともだち

❻　山田　[　　]　サリー

❼ アリ　　　[　　　]　ともだち

❽ (わたし)　[　　　]　サリー

❾ (わたし)　[　　　]　アリ

❿ 先生　　　[　　　]　学生

⓫ わだ先生　[　　　]　学生

⓬ サリー　　[　　　]　山田

⓭ 山田　　　[　　　]　サリー

⓮ (わたし)　[　　　]　サリー

⓯ サリー　　[　　　]　ともだち

⓰ (わたし)　[　　　]　サリー

⓱ (わたし)　[　　　]　サリー

⓲ (わたし)　[　　　]　サリー

⓳ アリ　　　[　　　]　先生

⓴ (わたし)　[　　　]　サリーとアリ

11 田中さんはきってを買いました

助詞「を」「へ」「に」「で」＋動詞　Particle+Verb／助詞＋动词／Trợ từ ＋ Động từ

▶ **学習目的**　文を途中まで聞いて、次に来る動詞が何か予測する。
Main point
学习目的
Mục tiêu

You predict which verb should be used after listening to the incomplete sentence.

听名词和助词后，预测后续的动词。

Nghe câu chưa hoàn chỉnh và đoán xem động từ tiếp theo sẽ là gì.

▶ **留意点**　ここでは、名詞＋助詞の後、一度音が止まります。次に続くものを予測して選んでください。助詞によって次に続く動詞が違います。話す人は、どんな動詞を使うか考えて、それに合った名詞＋助詞を決めて話します。聞く人も、名詞＋助詞で動詞を予測しながら聞きます。
Notes
注意事项
Lưu ý

At first you will hear the beginning of a sentence ending with a noun and a particle, then the sound stops. Please select the appropriate verb to follow. The verb is determined by the particle. A speaker chooses the verb to be used, and then decides a noun and a particle which match with the verb. A listener can predict the verb by listening to the noun and the particle combination.

练习时，在听到名词和助词后，录音暂停。然后预测并选择正确表达方式。助词不同，后续的动词种类也不一样。说话人根据动词来决定名词和助词，而听话人，则在听了名词和助词后预测后续的动词。

Âm thanh sẽ tạm dừng sau khi nhân vật nói danh từ và trợ từ. Hãy dự đoán và lựa chọn động từ thích hợp. Trợ từ quyết định động từ phía sau. Khi hội thoại, người nói suy nghĩ sử dụng động từ nào, rồi lựa chọn danh từ và trợ từ phù hợp với động từ đó. Người nghe cũng vừa lắng nghe vừa suy đoán động từ phía sau dựa vào danh từ và trợ từ nghe được.

音声スクリプト Script／录音脚本／Nội dung bài nghe ▶▶▶ **p.143**

\ わくわく /

aかbか選んでください。その後で、確かめてください。
Select the appropriate answer: a or b. Then confirm your answer. ／请从 a，b 中选择正确答案。然后确认答案。／ Hãy chọn phương án a hoặc b. Sau đó, hãy kiểm tra lại.

❶ ⓐ. かいました
　　b. いきました

❷ a. みました
　　ⓑ. いきました

練習

❶ a. かえりました
　 b. かいました

❷ a. べんきょうしました
　 b. いきました

❸ a. かえりました
　 b. ききました

❹ a. きました
　 b. もらいました

❺ a. かえりました
　 b. よみました

❻ a. いきました
　 b. かきました

❼ a. いきました
　 b. みました

❽ a. きました
　 b. よみました

❾ a. いきました
　 b. たべました

❿ a. いきました
　 b. みました

⓫ a. ならいました
　 b. べんきょうしました

⓬ a. きました
　 b. だしました

⓭ a. いきました
　 b. かきました

⓮ a. みました
　 b. かしました

⓯ a. もらいました
　 b. かえりました

⓰ a. べんきょうしました
　 b. おしえました

12 電話があります
でんわ

「あります」「います」

▶ **学習目的**：❶では「～がいます／あります」の違いがわかる。❷では「～に～がいます」と「～に～があります」を勉強する。

Main point
学習目的
Mục tiêu

You understand the difference between "～がいます" and "～があります" in the section I, and you study "～に～がいます" and "～に～があります" in the section II.

在Ⅰ中，理解「～がいます／あります」的区别。在Ⅱ中，学习「～に～がいます」和「～に～があります」句型。

Nắm được sự khác nhau giữa "～がいます"và "～があります"ở phần I. Học "～に～がいます"và "～に～があります" ở phần II.

▶ **留意点**：「が」の前に何が来ると「います」になり、何が来ると「あります」になりますか。「が」の前をよく聞いてください。「～に」は、「机の上に」のように、「～の～に」という言い方も入っています。

Notes
注意事项
Lưu ý

Whether you use "あります" or "います" is decided by the word before "が". Listen carefully what comes before "が". The location can be shown "～の～に" like "つくえのうえに", not just "～に" only.

请注意在使用动词「います」和「あります」时，「が」前面的名词的性质。反复注意听录音中的「が」前面的名词。在练习助词「に」时，还练习了「机の上に」这样包括「～の～に」的用法。

Hãy chú ý lắng nghe trước trợ từ "が" là danh từ gì để quyết định động từ phía sau là "います" hay "あります". Giống như "机の上に", đối với "～に" còn có thể có dạng "～の～に".

音声スクリプト Script／录音脚本／Nội dung bài nghe ▶▶▶ **p.145**

30

I

正しいほうを選んでください。その後で、確かめてください。

Select the appropriate answer. Then confirm your answer. ／请选择正确答案。然后确认答案。／ Hãy chọn phương án đúng. Sau đó, hãy kiểm tra lại.

 例
- ❶ （ います ・ (あります) ）
- ❷ （ (います) ・ あります ）

練習

- ❶ （ います ・ あります ）
- ❷ （ います ・ あります ）
- ❸ （ います ・ あります ）
- ❹ （ います ・ あります ）
- ❺ （ います ・ あります ）
- ❻ （ います ・ あります ）
- ❼ （ います ・ あります ）
- ❽ （ います ・ あります ）
- ❾ （ います ・ あります ）
- ❿ （ います ・ あります ）

II

正しいほうを選んでください。その後で、確かめてください。

Select the appropriate answer. Then confirm your answer. ／请选择正确答案。然后确认答案。／ Hãy chọn phương án đúng. Sau đó, hãy kiểm tra lại.

 例
- ❶ （ います ・ (あります) ）
- ❷ （ (います) ・ あります ）

練習

- ❶ （ います ・ あります ）
- ❷ （ います ・ あります ）
- ❸ （ います ・ あります ）
- ❹ （ います ・ あります ）
- ❺ （ います ・ あります ）
- ❻ （ います ・ あります ）
- ❼ （ います ・ あります ）
- ❽ （ います ・ あります ）
- ❾ （ います ・ あります ）
- ❿ （ います ・ あります ）

13 へやの中に男の子がいます

位置 (1)　Locations (1)／位置 (1)／Vị trí (1)

▶ **学習目的**
Main point
学习目的
Mục tiêu

「〜の〜に〜がいます／あります」を勉強する。

You study "〜の〜に〜がいます／あります".

学习「〜の〜に〜がいます／あります」句型。

Học mẫu câu "〜の〜に〜がいます／あります".

▶ **留意点**
Notes
注意事项
Lưu ý

「に」の前に位置が入ります。「〜が」の前には人や物が入ります。

「右・左」はあなたから見て右か左か確認しましょう。

The words describing locations come before に. The words describing people and things come before "が". When you use "みぎ" and "ひだり", please make sure that you describe the location from your point of view.

在助词「に」的前面使用表示位置的名词。而在「〜が」的前面则使用表示「人」或者表示「物」的名词。同时请确认「右・左」是指你的视角。

Trước trợ từ "に" là danh từ chỉ vị trí. Trước trợ từ "が" là danh từ chỉ người hoặc vật. Khi muốn dùng bên phải "右" hay bên trái "左" để chỉ vị trí, bạn hãy xác nhận phải trái từ phía người đọc nhìn vào sách.

音声スクリプト Script／录音脚本／Nội dung bài nghe ▶▶▶ **p.147**

絵を見て、正しいものには○、間違っているものには×を書いてください。

Look at the picture, and draw a circle if the statement is correct, draw a cross if incorrect. ／请看图画 选择正确答案，正确时画○，错误时画×。／ Hãy nhìn tranh rồi viết ○ với câu đúng, × với câu sai.

🔊 040 **例**

❶	❷
○	×

🔊 041 **練習**

❶	❷	❸	❹	❺	❻	❼	❽	❾	❿

14 お手洗いはかいだんの下にあります

位置 (2) Locations (2)／位置 (2)／Vị trí (2)

▶ **学習目的**
Main point
学习目的
Mục tiêu
：「～はどこにいますか／～はどこにありますか」を聞いて、それに答える。

You answer the questions "～はどこですか / ～はどこにありますか".

听到的「～はどこにいますか／～はどこにありますか」后，回答问题。

Nghe câu hỏi "～はどこにいますか／～はどこにありますか" và trả lời.

▶ **留意点**
Notes
注意事项
Lưu ý
：「～はどこですか」「～はどこでしょうか」や「～はありますか」「～はありませんか」という聞き方もあります。答えは、「～は～のにいます／あります」です。聞いた後で絵の中から正しい番号を選んでください。

There are different ways of asking questions like "～はどこですか", "～はどこでしょうか" or "～はありますか", "～はありませんか". The ways to answer these questions are "～は～の～にいます/あります". Select the appropriate numbers from the pictures after listening.

除所提示的句型外，还经常使用「～はどこですか」「～はどこでしょうか」や、「～はありますか」「～はありませんか」等方式进行提问。针对这些提问，回答时使用「～は～の～にいます／あります」。听完录音后，从所提示的图画中选择正确答案。

Có nhiều cách hỏi như: "～はどこですか", "～はどこでしょう", "～はありますか", hoặc "～はありませんか". Câu trả lời sẽ là: "～は～の～にいます／あります". Sau khi nghe, hãy chọn số đúng trong bức tranh.

音声スクリプト Script／录音脚本／Nội dung bài nghe ▶▶▶ **p.148**

\わくわく/ I

正しい答えを選んでください。その後で、確かめてください。
Select the appropriate answer. Then confirm your answer. ／请选择正确答案。然后确认答案。／ Hãy chọn câu trả lời đúng. Sau đó, hãy kiểm tra lại.

例

①

② たなかさん／やまだ さん

③

④ たなかさん／サリーさん

⑤

a. なかにあります　　d. うえにあります
b. したにあります　　e. まえにあります
c. うしろにいます　　f. となりにいます

🔊 042　例　b

🔊 043　練習

①	②	③	④	⑤

II 正しいものを選んでください。

Fill in the blanks with the appropriate answer. ／请选择正确答案。／ Hãy chọn phương án đúng.

🔊 044 例 | G |

🔊 045 練習

❶	❷	❸	❹	❺

15 聞く、食べる、あける、まつ

動詞の辞書形 Dictionary form of V ／动词的字典形／Thể từ điển của động từ

▶ **学習目的**：動詞の辞書形を聞いて、意味がわかる。
Main point / 学习目的 / Mục tiêu

You understand the meaning of the verbs by listening to the dictionary forms.

听动词的原形（字典形），理解其意义。

Nghe thể từ điển của động từ và hiểu được ý nghĩa.

▶ **留意点**：会話で動詞の辞書形を聞きます。聞きながら正しい絵を選んでください。ここで聞く動詞は、以下の14個です。
Notes / 注意事项 / Lưu ý

> きく、たべる、つかう、およぐ、あける、のる、ねる、けす、はいる、まつ、だす、おしえる、ちゅうもんする、あげる

You hear the dictionary form of verbs in a conversation. Select the appropriate picture that matches the verb you heard. You hear the following 14 verbs; きく，たべる，つかう，およぐ，あける，のる，ねる，けす，はいる，まつ，だす，おしえる，ちゅうもんする，あげる．

在谈话中，连续听动词的原形（字典形）。边听边选择正确图画。在此听的动词有14个。即：「きく，たべる，つかう，およぐ，あける，のる，ねる，けす，はいる，まつ，だす，おしえる，ちゅうもんする，あげる」

Nghe thể từ điển của động từ trong đoạn hội thoại. Hãy vừa nghe vừa chọn bức tranh phù hợp. Có 14 động từ được dùng trong bài: きく、たべる、つかう、およぐ、あける、のる、ねる、けす、はいる、まつ、だす、おしえる、ちゅうもんする、あげる

音声スクリプト Script／录音脚本／Nội dung bài nghe ▶▶▶ p.150

\ わくわく /

正しい絵を選んでください。
Select the appropriate picture.／请选择正确答案图画。／Hãy chọn bức tranh phù hợp.

046 例

(b)　　　　(a)

練習

❶
1 (　) 2 (　) 3 (　) 4 (　)

❷

1 (　) 2 (　) 3 (　) 4 (　)

❸

1 (　) 2 (　) 3 (　) 4 (　)

16 書いてください

動詞のテ形 (1) -te form of Verbs (1)／动词的テ形 (1)／Động từ ở thể -te (1)

▶ **学習目的**
Main point
学习目的
Mục tiêu

動詞のテ形を聞いて、正しく書けるようになる。

You should be able to write -te form of verbs correctly by listening to them.

听动词的テ形，能正确写出动词。

Nghe động từ thể -te (V-te) và nắm được cách chia động từ.

▶ **留意点**
Notes
注意事项
Lưu ý

「動詞のテ形＋ください」（〜てください）は命令や依頼を表します。

テ形はよく使いますから、ひらがなで書いて確認しましょう。

"-te form of verb + ください" (〜てください) expresses an order or a request that someone do something. This -te forms are often used in Japanese. Please make sure that you learn the forms well by writing down in hiragana.

「动词的テ形＋ください」（〜てください）表示命令和依赖。动词的テ形经常使用，请写成平假名进行确认。

Cấu trúc "V-te+ください" (〜てください) thể hiện mệnh lệnh hoặc nhờ vả. V-te được sử dụng rất nhiều nên bạn hãy viết bằng chữ Hiragana và kiểm tra lại.

音声スクリプト Script／录音脚本／Nội dung bài nghe ▶▶▶ p.152

\わくわく/

何と言っていますか。a、b、c の中から正しいものを選んでください。

What is the person saying? Select the appropriate answer: a, b or c.／听听说的什么？请在 a、b、c 中选择正确答案。／Nhân vật trong đoạn hội thoại đang nói gì? Hãy chọn câu trả lời đúng từ các câu a, b, c.

🔊 048　例　❶　a．かって
　　　　　　b．かけて
　　　　　（c．）かいて

　　　　❷　a．かして
　　　　　（b．）けして
　　　　　　c．けすて

練習

❶ a. して
b. しって
c. しいて

❷ a. とべて
b. どめて
c. たべて

❸ a. かえって
b. かえて
c. かえんて

❹ a. すかって
b. つくって
c. つかって

❺ a. おぎて
b. おって
c. おきて

❻ a. かって
b. かんて
c. かて

❼ a. のって
b. のいで
c. のんで

❽ a. きって
b. きて
c. きいて

❾ a. くして
b. かして
c. けして

❿ a. おんで
b. よんで
c. よって

⓫ a. まて
b. まつて
c. まって

⓬ a. だして
b. でして
c. だって

⓭ a. いつて
b. いいて
c. いって

⓮ a. かつて
b. かいて
c. かって

⓯ a. つわって
b. すわいて
c. すわって

17 どうぞ食べてください

動詞のテ形 (2)　-te form of Verbs (2) ／动词的テ形 (2) ／Động từ ở thể -te (2)

▶ **学習目的**：動詞のテ形を聞いて、何をするかがわかる。

Main point
学习目的
Mục tiêu

You understand what the person will do by listening to the -te form of verbs.

听动词的テ形，理解动词的意义。

Nghe động từ thể -te (V-te), hiểu được nhân vật trong đoạn hội thoại sẽ làm gì.

▶ **留意点**：「動詞のテ形＋ください」（〜てください）は命令や依頼を表します。

Notes
注意事项
Lưu ý

聞きながら正しい絵を選んでください。

"-te form of verb + ください" (〜てください) expresses an order or a request that someone do something. Listen and select the correct picture.

「动词的テ形＋ください」(〜てください)表示命令或依赖。边听边选择正确图画。

Cấu trúc "V-te + ください" (〜てください) thể hiện mệnh lệnh hoặc nhờ vả. Hãy nghe và chọn bức tranh phù hợp.

音声スクリプト Script ／录音脚本／Nội dung bài nghe ▶▶▶ **p.153**

わくわく

この人は何をしますか。適当な絵を選んでください。

What is the person doing? Select the appropriate picture. ／图画中的人正在做什么？请选择正确答案图画。／ Nhân vật trong đoạn hội thoại được yêu cầu làm gì? Hãy chọn bức tranh phù hợp.

🔊 050 例

❶	❷
d	a

🔊 051 練習

❶	❷	❸	❹	❺	❻	❼	❽

18 お金がありませんから、買いません

理由の「〜から」　"から" for reason／表示理由或原因的「〜から」／ "Aから" biểu đạt lý do

▶ **学習目的**：「A（理由）からB（結果）」を勉強する。
Main point
学习目的
Mục tiêu

You study "A (reason) から B (result)".

学习表示因果关系的「AからB」句型。A 表示原因或理由，B 表示结果。

Học cấu trúc: "A (nguyên nhân) からB (kết quả)".

▶ **留意点**：「A」では、理由を言います。「Aから」までを聞いて、その後に何
Notes
注意事项
Lưu ý
が来るかを考えてください。そして、文全体の意味がわかるよう
にしましょう。

"A" is a reason. Please think about what comes after "A から", and make sure that you understand the meaning of the whole sentence.

A 说明理由或原因，请想想，在听到「Aから」之后，后续的句子应该出现怎样的句子。并听懂整体句子的意思。

A chỉ nguyên nhân. Khi nghe đến phần "Aから", hãy đoán xem ở phần sau nhân vật sẽ nói gì. Hãy cố gắng hiểu ý nghĩa của cả câu.

音声スクリプト Script／录音脚本／Nội dung bài nghe ▶▶▶ **p.154**

\ わくわく /

a か b か選んでください。その後で、確かめてください。
Select the appropriate answer: a or b. Then confirm your answer.／请从 a，b 中选择正确答案。然后确认答案。／ Hãy chọn phương án a hoặc b. Sau đó, hãy kiểm tra lại.

🔊 052　例　❶　ⓐ．本をかいません。
　　　　　　　　b．本をかいました。

❷　a．あさごはんを食べます。
　　ⓑ．あさくさへ行きます。

練習

① a. きょうのよるべんきょうします。
　　 b. あしたのよるべんきょうします。

② a. でんわしました。
　　 b. でんわしてください。

③ a. きょうお金がありません。
　　 b. お金がありました。

④ a. えいごで話してください。
　　 b. えいごで話しませんでした。

⑤ a. きょうよみません。
　　 b. きょうよみます。

⑥ a. 大学へ行きませんでした。
　　 b. 大学へ行きません。

⑦ a. あるきませんでした。
　　 b. バスにのってください。

⑧ a. へやに入ってください。
　　 b. タクシーをよんでください。

19 あたらしいです

形容詞 (1)　Adjectives (1)／形容词 (1)／Tính từ (1)

▶ **学習目的**：形容詞を聞いて、その意味がわかる。
Main point
学习目的
Mục tiêu

You understand the meaning of the adjectives by listening.

听形容词，理解其意义。

Nghe và hiểu ý nghĩa của tính từ.

▶ **留意点**：❶は全部「です」で終わります。❷は、「です」ではない形や、否定形や過去形もあります。注意してください。
Notes
注意事项
Lưu ý

All the sentences in the section I end with "です". However, in the section II please pay attention to the sentences with different endings like the negative and the past tense.

在 I 中，所有的句子全部使用「です」结束句子。而在 II 中，使用了「です」以外的形式以及否定式，过去式等形式。

Ở phần I, tất cả các câu kết thúc bằng "です". Chú ý rằng ở phần II câu có thể kết thúc không phải ở dạng "です" mà ở dạng phủ định hoặc dạng quá khứ.

音声スクリプト Script／录音脚本／Nội dung bài nghe ▶▶▶ **p.156**

45

\ わくわく /

I 適当な絵を選んでください。
Select the appropriate picture. ／请选择正确答案图画。／ Hãy chọn bức tranh phù hợp.

🔊 054 例 | c |

🔊 055 練習

❶	❷	❸	❹	❺	❻	❼	❽	❾	❿

\ わくわく /

II 適当な絵を選んでください。
Select the appropriate picture. ／请选择正确答案图画。／ Hãy chọn bức tranh phù hợp.

🔊 056 例

❶	❷
e	f

🔊 057 練習

❶	❷	❸	❹	❺	❻	❼	❽	❾	❿

a
b
c
d
e
f
g
h
i
j
k
l
m
n
o
p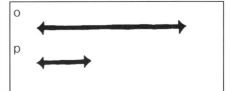
q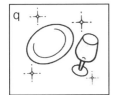
r
s
t
u
v
w

20 日本語はむずかしくないですね

形容詞 (2) Adjectives (2) ／形容词 (2) ／Tính từ (2)

▶ **学習目的** Main point 学习目的 Mục tiêu : 形容詞がある文を聞いて、その意味がわかる。

You understand the meaning of the sentences containing adjectives.

听懂并理解带有形容词的句子。

Nghe câu có tính từ và hiểu ý nghĩa.

▶ **留意点** Notes 注意事项 Lưu ý : 文の中に形容詞が入っています。形容詞の部分をよく聞いて、正しい絵を選んでください。「です」ではない形や、否定形や過去形もあります。注意してください。

An adjective is used in the sentence. Select the correct picture by listening to the adjective carefully. Please pay attention to the sentences with the endings not using "です", the negative or the past tense.

句子中带有形容词。请在听完形容词后，选择正确图画。请注意，句子中包括「です」之外的形式和否定式、过去式。

Các câu trong bài đều có tính từ. Hãy nghe tính từ đó và chọn bức tranh phù hợp. Chú ý rằng câu có kết thúc không phải ở dạng "です" mà ở dạng phủ định hoặc dạng quá khứ.

音声スクリプト Script ／录音脚本／Nội dung bài nghe ▶▶▶ **p.158**

わくわく

適当な絵を選んでください。
Select the appropriate picture. ／请选择正确答案图画。／Hãy chọn bức tranh phù hợp.

🔊 058 例

❶	❷
b	i

🔊 059 練習

❶	❷	❸	❹	❺	❻	❼	❽	❾	❿

⓫	⓬	⓭	⓮	⓯	⓰	⓱

a
b
c
d
e
f
g
h
i
j
k
l
m
n
o
p
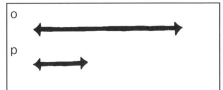
q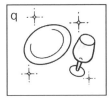
r
s
t
u
v
w

21 うちへ帰ってべんきょうします

継起の「〜て」 "〜て" for listing successive actions and events／继续发生的「〜て」／"〜て" liệt kê các hành động theo trình tự

▶ **学習目的**：「AてB」を勉強する。
Main point
学习目的
Mục tiêu

You study "A て B".

学习「AてB」句型。

Học cấu trúc: "AてB".

▶ **留意点**：「Aて」は、動詞のテ形です。AをしてからBをします。２つの行為の順序をよく聞いて、正しい絵を選んでください。
Notes
注意事项
Lưu ý

"Aて" is -te form of the verb. Someone does an action "A" followed by an action "B". Please listen carefully to the order of two actions, "A" and "B", and then select the correct picture.

「Aて」是指动词的テ形。意思是指做完了 A 之后再做 B。请认真听两个动作的先后顺序后，然后选择正确图画。

"A て" là động từ thể -te (V-te). Sau khi thực hiện hành động A thì thực hiện hành động B. Chú ý lắng nghe trật tự của 2 động từ và chọn bức tranh phù hợp.

音声スクリプト Script／录音脚本／Nội dung bài nghe ▶▶▶ p.160

\ わくわく /

適当な絵を選んでください。
Select the appropriate picture.／请选择正确答案图画／Hãy chọn bức tranh phù hợp.

060 例 (k) + (c)

061 練習

❶ (　) + (　)　　❻ (　) + (　)
❷ (　) + (　)　　❼ (　) + (　)
❸ (　) + (　)　　❽ (　) + (　)
❹ (　) + (　)　　❾ (　) + (　)
❺ (　) + (　)　　❿ (　) + (　)

a 	b 	c 
d 	e 	f 
g 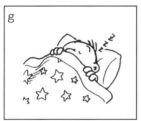	h 	i 
j 	k 	l 
m 	n 	o 

22 へやでお茶を飲みました

「で」「に」

▶ **学習目的**: 動詞と助詞の関係を勉強する。
Main point
学习目的
Mục tiêu

You study the relationship between a verb and a particle.

学习动词和助词的关系。

Học về mối quan hệ giữa động từ và trợ động từ.

▶ **留意点**:

Notes
注意事项
Lưu ý

> 場所に→あります、います
> 場所に→行きます、来ます、入ります
> 場所で→いろいろなことをします（食べる、話す、買う、読む…）

この関係を聞いてわかるようにしましょう。動詞「乗ります」は、「(乗り物)に→乗ります」ですが、「東京駅でバスに乗ります」のように「(場所)で(乗り物)に乗ります」になります。

　　　　place に → あります、います
　　　　place に → 行きます、来ます、入ります
　　　　place で → do something（食べる、話す、買う、読む…）

It is important to understand this relationship between the verb and the particle by listening to them. Please note the usage of "に" and "で" used with the verb "のります"; "(transportation) に→のります" and "(place) で (transportation) に→のります" like "東京駅でバスに乗ります" with the boarding place.

理解　場所 に → あります、います
　　　場所 に → 行きます、来ます、入ります
　　　場所 で → 做某事（食べる、話す、買う、読む…）

等动词和助词的关系。动词「乗ります」可以使用2个助词。在乘坐交通工具时，使用「（交通工具）に乗ります」、而在某地乘坐交通工具时，使用「（場所）で（交通工具）に乗ります」。

　　　Địa điểm に→ あります, います
　　　Địa điểm に→ 行きます, 来ます, 入ります
　　　Địa điểm で→ làm việc gì đó（食べる, 話す, 買う, 読む...）

Hãy chú ý lắng nghe và nắm được mối quan hệ này. Đối với động từ "乗ります", ta dùng: "(phương tiện) に→乗ります", nhưng dùng: "(địa điểm) で (phương tiện) に→乗ります", như trong câu "東京駅でバスに乗ります".

音声スクリプト Script／录音脚本／Nội dung bài nghe ▶▶▶ **p.161**

\ わくわく /

aかbか選んでください。その後で、確かめてください。

Select the appropriate answer: a or b. Then confirm your answer. ／请从 a，b 中选择正确答案。然后确认答案。／ Hãy chọn phương án a hoặc b. Sau đó, hãy kiểm tra lại.

例　a. いました。
　　b.) おちゃをのみました。

練習

❶ a. います。
　 b. べんきょうします。

❷ a. います。
　 b. べんきょうします。

❸ a. いてください。
　 b. たべてください。

❹ a. います。
　 b. まちます。

❺ a. のります。
　 b. 本をよみます。

❻ a. はいってください。
　 b. まってください。

❼ a. ありますよ。
　 b. してください。

❽ a. よんでください。
　 b. かいてください。

❾ a. のります。
　 b. きます。

❿ a. あります。
　 b. かりました。

23 何時ですか
なんじ

時刻 Time／时间／Thời gian
じこく

▶ **学習目的**：時刻を勉強する。
がくしゅうもくてき　　じこく　べんきょう
Main point　You study how to express the time.
学习目的
Mục tiêu　学习时间的说法。

Học từ chỉ thời gian.

▶ **留意点**：時刻は、1ぷん、2ふん、3ぷんのように「〜ふん」「〜ぷん」の
りゅういてん　　じこく
Notes　2つの発音があります。10分、20分、30分、40分…は「ぷん」、
注意事项　　　　はつおん　　　　　　　　ぷん　ぷん　ぷん　ぷん
Lưu ý　5分、15分、25分…は「ふん」になります。10分は「じっぷん」
　　　　ふん　ふん　ふん
　　　「じゅっぷん」の2つの言い方があります。また、時間も1時、2時、
　　　　　　　　　　　　　　　い　かた　　　　　　　　　　　じかん　　じ　　じ
　　　3時は、「いちじ」、「にじ」、「さんじ」と規則的ですが、4時は「よんじ」
　　　じ　　　　　　　　　　　　　　　　　　　　きそくてき　　　　　じ
　　　ではありません。「よじ」と言います。7時は「しちじ」「ななじ」
　　　　　　　　　　　　　　　　い　　　　　じ
　　　どちらも使います。9時は「くじ」になります。何回も聞いて、時
　　　　　　　　つか　　　　じ　　　　　　　　　　　　　　　なんかい　　き　　　　じ
　　　刻の言い方に慣れましょう。
　　　こく　い　かた　な

There are two kinds of pronunciations for the minute; "〜ふん" and "〜ぷん" like "1 ぷん", "2 ふん" and "3 ぷん." You say "〜ぷん" for 10 minutes, 20 minutes, 30 minutes, 40 minutes …, and "〜ふん" for 5 minutes、15 minutes、25 minutes…. 10 minutes can be said either "じゅっぷん" or "じっぷん". Also please note that 4 o'clock is not "よんじ" but "よじ", and 7 o'clock can be either "しちじ" or "ななじ". 9 o'clock is "くじ". Please listen many times and get used to how to tell the time.

时间中分钟的表达的发音有 2 种。1 种是「ふん」，另 1 种是「ぷん」。如：1 分钟为「いっぷん」，2 分钟为「にふん」，3 分钟为「さんぷん」。整数分钟的 10，20，30，40 时，说成「ぷん」。「じゅっぷん」「にじゅっぷん」「さんじゅっぷん」「よんじゅっぷん」。而 5 分钟时都说成「ふん」。5 分钟为「ごふん」，15 分钟为「じゅうごふん」，25 分钟为「にじゅうごふん」。10 分钟有 2 种表达。即：「じっぷん」「じゅっぷん」。另外，钟点的表达是，1 点为「いちじ」、2 点为「にじ」、3 点为「さんじ」，但 4 点不能说成「よんじ」，而是「よじ」。7 点有 2 种表达。为「しちじ」或者「ななじ」。9 点为「くじ」。反复练习，直到听懂。

Có 2 cách phát âm là "〜ふん", "〜ぷん" đối với từ chỉ phút như "1ぷん", "2ふん", "3ぷん". Ta dùng "ぷん" đối với 10 phút, 20 phút, 30 phút, 40 phút, và dùng "ふん" đối với 5 phút, 15 phút, 25 phút. Có 2 cách nói đối với 10 phút là "じっぷん" hoặc "じゅっぷん".Ngoài ra, đối với từ chỉ giờ như 1 giờ, 2 giờ, 3 giờ lần lượt là "いちじ", "にじ", "さんじ" sẽ tuân theo quy tắc, nhưng 4 giờ thì không nói "よんじ" mà nói "よじ". Với 7 giờ ta có thể dùng "しちじ" hay "ななじ" đều được. Còn 9 giờ được nói là "くじ". Hãy nghe thật nhiều lần để quen với cách nói thời gian.

音声スクリプト Script／录音脚本／Nội dung bài nghe ▶▶▶ **p.163**
おんせい

I 正しい時刻を選んでください。
Select the appropriate time. ／请选择正确的时刻。／ Hãy chọn thời gian chính xác.

 例 k

 練習

❶	❷	❸	❹	❺	❻	❼	❽	❾	❿

正しい時刻を選んでください。
Select the appropriate time. ／请选择正确的时刻。／ Hãy chọn thời gian chính xác.

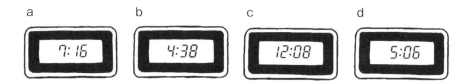

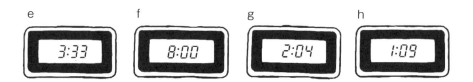

例　k

練習

❶	❷	❸	❹	❺	❻	❼	❽	❾	❿

24 10時からです

時刻＋「から」「まで」「に」「ごろ」　Time／时间／Thời gian +「から」「まで」「に」「ごろ」

▶ **学習目的**：時刻＋「から」「まで」「に」「ごろ」の意味がわかる。
Main point
学习目的
Mục tiêu

You understand the meaning of "time + から / まで / に / ごろ".

理解「时间 time」+「から」「まで」「に」「ごろ」的意义。

Nắm được ý nghĩa của: "thời gian + から/まで/に/ごろ".

▶ **留意点**：「から」は始まる時刻です。「まで」は終わる時刻です。「に」はその時刻を意味します。そして、「ごろ」は大体の時刻で、その時刻より少し早いときも、遅いときもあります。
Notes
注意事项
Lưu ý

"から" indicates the starting time and "まで" indicates the ending time. "に" points out the exact time. "ごろ" expresses an approximate time, so the time can be a bit early or a bit late.

「から」表示时间的起点，「まで」表示时间的终点。「に」表示其时刻，「ごろ」则表示或早或晚的大体的时刻。

" から " nói về thời điểm bắt đầu, " まで " nói về thời điểm kết thúc. " に " biểu đạt chính thời điểm đó. Và " ごろ " có nghĩa là khoảng, có thể nhanh hơn hoặc chậm hơn một chút so với thời điểm nói đến.

音声スクリプト Script／录音脚本／Nội dung bài nghe ▶▶▶ **p.165**
おんせい

例のように印を入れてください。
Using the symbols below, mark the appropriate times. ／仿照例句，画上记号。／ Hãy viết kí hiệu theo mẫu.

```
1:00   1:00   1:00   1:00
 ↳      ↰      ↑      ○
 から    まで    に    ごろ
```

068 例 ❶　6:00　　6:30　　7:00　　7:30
　　　　　　　　　　　　　　　　 ↑

　　　❷　9:00　　10:00　　11:00　　12:00
　　　　　　　　 ↳

　　　❸　10:00　　10:30　　11:00　　11:30
　　　　　　　　　　　　　　　　　 ○

069 練習

a.　1:00　　2:00　　3:00　　4:00

b.　7:30　　8:00　　8:30　　9:00

c.　11:00　　12:00　　1:00　　2:00

d.　4:00　　5:00　　6:00　　7:00

e. 4:00 5:00 6:00 7:00

f. 5:10 5:40 6:10 6:40

g. 8:00 8:30 9:00 9:30

h. 6:50 7:00 7:10 7:20

i. 11:45 12:15 12:45 1:15

j. 7:40 8:10 8:40 9:10

25 5月3日
ごがつみっか

日にち　Date／日期／Ngày tháng

▶ **学習目的**：日にちの言い方を勉強する。
がくしゅうもくてき　　ひ　　　い　かた　べんきょう
Main point
学习目的
Mục tiêu

You study how to express the date.

学习日期的表达。

Học cách nói ngày tháng.

▶ **留意点**：1日から10日までの言い方は、1（いち）、2（に）、3（さん）
りゅう い てん　　　　い　かた
Notes
注意事项
Lưu ý

という言い方をしません。第9課で勉強した一人、二人、三つ、四つ、などの助数詞と少し似ています。1日から10日までの言い方を覚えましょう。そして、20日は「にじゅうにち」ではなく、「はつか」と言います。また14日、24日は「じゅうよっか」「にじゅうよっか」になります。でも、23日は「にじゅうみっか」にはなりません。

You need to memorize how to say the dates from the first of the month to the tenth of the month since "1（いち）, 2（に）, 3（さん）" are not used for these dates. They are similar to counting people we studied in chapter 9. Other special ones are 20th which is "はつか" not "にじゅうにち", and the 14th and 24th are "じゅうよっか"and "にじゅうよっか". However, 23rd is not "にじゅうみっか".

1日到10日的表达并非「いち」「に」「さん」。和我们在第9课学过的「ひとり」「ふたり」「みっつ」「よっつ」略同。请牢记1日到10日的表达。而且记住20日不是「にじゅうにち」而是「はつか」。14日和24日也特殊，分别为「じゅうよっか」「にじゅうよっか」。23日并非「にじゅうみっか」。

Khi nói về ngày từ ngày 1 đến ngày 10, ta không dùng "いち","に"、"さん". Cách nói ngày khá giống với trợ số từ đã học ở bài 9 như "一人"、"二人"、"三つ"、"四つ". Bạn hãy nhớ cách nói từ ngày 1 đến ngày 10. Đối với ngày 20, ta không nói "にじゅうにち"mà nói "はつか". Thêm vào đó, đối với ngày 14, ngày 24, ta nói "じゅうよっか"、"にじゅうよっか", nhưng với ngày 23 thì không nói "にじゅうみっか".

音声スクリプト Script／录音脚本／Nội dung bài nghe ▶▶▶ **p.167**
おんせい

正しい数字を書いてください。
Fill in the blanks with appropriate dates. ／请选择正确的数字。／ Hãy chọn số chính xác.

例　＿１２＿月　＿２３＿日

練習

a. ＿＿＿月　＿＿＿日　　k. ＿＿＿月　＿＿＿日

b. ＿＿＿月　＿＿＿日　　l. ＿＿＿月　＿＿＿日

c. ＿＿＿月　＿＿＿日　　m. ＿＿＿月　＿＿＿日

d. ＿＿＿月　＿＿＿日　　n. ＿＿＿月　＿＿＿日

e. ＿＿＿月　＿＿＿日　　o. ＿＿＿月　＿＿＿日

f. ＿＿＿月　＿＿＿日　　p. ＿＿＿月　＿＿＿日

g. ＿＿＿月　＿＿＿日　　q. ＿＿＿月　＿＿＿日

h. ＿＿＿月　＿＿＿日　　r. ＿＿＿月　＿＿＿日

i. ＿＿＿月　＿＿＿日　　s. ＿＿＿月　＿＿＿日

j. ＿＿＿月　＿＿＿日　　t. ＿＿＿月　＿＿＿日

26 ちょっと休みたいです

「〜たい」「〜たくない」

▶ **学習目的** : 「〜たいです／たくありません・たくないです」の文型を勉強する。
Main point
学习目的
Mục tiêu

You study the sentence pattern "〜たいです／たくありません，たくないです".

学习「〜たいです／たくありません・たくないです」句型。

Học cấu trúc "〜たいです／たくありません・たくないです".

▶ **留意点** : 「たい／たくありません・たくない」が付いている動詞を聞き取り
Notes
注意事项
Lưu ý

ましょう。そして、肯定形か否定形かわかるようにしましょう。

Please listen to the verbs with "たい／たくありません，たくない", and please make sure that you can differentiate between the affirmatives and the negatives.

首先听带有「たい／たくありません・たくない」的动词。再判断是肯定形还是否定形。

Hãy lắng nghe động từ ở dạng "たいです／たくありません・たくないです", và hãy cố gắng để phân biệt câu ở thể khẳng định hay thể phủ định.

音声スクリプト Script／录音脚本／Nội dung bài nghe ▶▶▶ **p.168**

I

したいと言っていますか。したくないと言っていますか。例のように〇か×か書いてください。

If the person wants to do the action described, draw a circle in the blank. If not, draw a cross. ／图画中的人想做？还是不想做？仿照例句，想做时画〇，不想做时画×。／ Nhân vật trong bài nói muốn làm hay không muốn làm? Hãy viết 〇 hoặc × theo mẫu.

072 例

❶　　　　　　　❷

(〇)　　　　(×)

073 練習

❶ ( )　❷ ( )　❸ ( )　❹ ( )

❺ ( )　❻ ( )　❼ ( )　❽ ( )

❾ ( )　❿ ( )

\ わくわく /

Ⅱ 適当な絵を選んでください。
Select the appropriate picture. ／请选择正确答案图画。／ Hãy chọn bức tranh phù hợp.

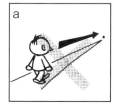

◀)) 074 例

❶	❷
b	h

◀)) 075 練習1

❶	❷	❸	❹	❺	❻	❼	❽	❾	❿

◀)) 076 練習2

❶	❷	❸	❹	❺	❻	❼	❽	❾	❿

27 あたまがいたいんです

「〜んです」

▶ **学習目的:** 「〜んです」の使い方を勉強する。
Main point
学习目的
Mục tiêu

You study the expression using "〜んです".

学习「〜んです」的使用方法。

Học cách sử dụng "〜んです".

▶ **留意点:** 「普通体＋んです」を使うと話しかける理由や事情を説明したりすることができます。単純に質問に答えるときには、使いませんが、何か理由や説明が必要なときには「〜んです」を使います。名詞、ナ形容詞のときには「学生なんです」「有名なんです」のように「〜なんです」になります。
Notes
注意事项
Lưu ý

You can explain the reason and the situation using "plain form + 〜んです". It is used when you want to give and explanation or a reason, but not when you simply answer a question. When "〜んです" follows a noun or a na-adjective, it becomes "〜なんです" like "がくせいなんです" "ゆうめいなんです".

「简体＋んです」用于说明搭话理由和解释事情经过，不能用于简单的问答。接在名词或ナ形容词之后时，为「〜なんです」，如：「学生なんです」「有名なんです」。

Có thể sử dụng cấu trúc "thể thông thường＋んです" để giải thích hoặc trình bày lí do. Không sử dụng cấu trúc này chỉ để trả lời những câu hỏi đơn giản, mà dùng khi cần giải thích hoặc trình bày lí do nào đó. Khi dùng với danh từ hoặc tính từ đuôi na, câu sẽ có dạng "〜なんです", ví dụ như: "学生なんです" hoặc "有名なんです".

音声スクリプト Script／录音脚本／Nội dung bài nghe ▶▶▶ **p.171**

\ わくわく /

女の人は「～んです」を使っていますか。使っていたら〇、使っていなかったら×を書いてください。

If the woman says "～んです", draw a circle in the blank. If not, draw a cross. ／录音中的女生使用了「～んです」了吗？如果使用了的话，请画〇，如果没有使用的话，请画×。／ Nhân vật nữ có dùng "～んです" hay không? Nếu có hãy điền 〇, nếu không hãy điền × theo mẫu.

077 例　❶　（　〇　）
　　　　❷　（　×　）

078 練習

❶ （　　　）
❷ （　　　）
❸ （　　　）
❹ （　　　）
❺ （　　　）
❻ （　　　）
❼ （　　　）
❽ （　　　）
❾ （　　　）
❿ （　　　）
⓫ （　　　）
⓬ （　　　）

66

28 ここには入らないでください

「～ないでください」

▶ **学習目的**：「～ないでください」の形を勉強する。
Main point
学习目的
Mục tiêu

You study the sentence pattern "～ないでください".

学习动词的「～ないでください」形。

Học cấu trúc "～ないでください".

▶ **留意点**：動詞のナイ形を覚えましょう。❶では、動詞のナイ形を聞いて正
Notes
注意事项
Lưu ý
しく書けるようにしましょう。❷では、「～ないでください」の指示を聞いて、その意味がわかるようになりましょう。

Please memorize -nai form of verbs. Please practice writing -nai form of verbs correctly by listening to them in the section I. In the section II, you practice listening to "～ないでください" and make sure you understand the meaning.

首先请记住动词的ナイ形。在Ⅰ中，听懂动词的ない形后，练习正确书写。在Ⅱ中，练习听「～ないでください」，并理解其意义。

Hãy ghi nhớ động từ thể nai (V-nai). Ở phần I, hãy lắng nghe động từ thể nai (V-nai) và cố gắng để viết được chính xác động từ chia ở thể này. Ở phần II, hãy nghe câu mệnh lệnh "～ないでください" và cố gắng để hiểu được ý nghĩa.

音声スクリプト Script／录音脚本／Nội dung bài nghe ▶▶▶ p.173

\ わくわく /

Ⅰ 動詞のナイ形を書いてください。
Write -nai form of the verbs.／请写出动词的ナイ形。／Hãy viết thể -nai của động từ theo mẫu.

🔊 079　例　（　かえら　）ない

🔊 080　**練習**

❶（　　　　　）ない　　❻（　　　　　）ない
❷（　　　　　）ない　　❼（　　　　　）ない
❸（　　　　　）ない　　❽（　　　　　）ない
❹（　　　　　）ない　　❾（　　　　　）ない
❺（　　　　　）ない　　❿（　　　　　）ない

\わくわく/

II 正しい絵を選んでください。
Select the appropriate picture. ／请选择正确答案图画。／ Hãy chọn bức tranh phù hợp.

081 例   e

082 練習

❶	❷	❸	❹	❺	❻	❼	❽

29 えんぴつで書いてもいいですか

「〜てもいい」

▶ **学習目的**：「〜てもいいですか」の使い方がわかる。
Main point
学习目的
Mục tiêu

You understand how to use "〜てもいいですか".

练习「〜てもいいですか」的使用方法。

Nắm được cách sử dụng cấu trúc "〜てもいいですか".

▶ **留 意 点**：「動詞のテ形＋もいいですか」は許可を求める表現です。自分がし
Notes
注意事項
Lưu ý
たいことを相手に許可してもらうときに使います。ここでは、理由を聞いて、どんなことを話し手がしたいと思っているのか、予測して、許可を求める表現を選びます。

The expression "-te form of verb + もいいですか" is used to ask for permission. You use this when you want to get permission for what you want to do. In this lesson you predict what the speaker wants to do by listening to his/her reason for asking permission, and select the appropriate expression.

「动词的テ形＋もいいですか」是请求对方许可时使用的句型。也就是说，请求对方允许你自己想要做的事情时使用。在这里，先听表示理由的句子，然后预测说话人想要做什么，最后选择表示寻求许可的正确答案。

Cấu trúc "Động từ thể te (V-te) ＋もいいですか" dùng khi xin phép đối phương để thực hiện hành động mà bản thân mong muốn. Hãy lắng nghe lí do và điều mà người nói muốn thực hiện, để dự đoán và lựa chọn câu xin phép phù hợp.

音声スクリプト Script／录音脚本／Nội dung bài nghe ▶▶▶ p.175

> # aかbか選んでください。
> Select the appropriate answer: a or b. ／请从a，b中选择正确答案。／Hãy chọn phương án a hoặc b.

🔊 083 例 ((a)　b)

🔊 084 練習

❶ (a　b)
❷ (a　b)
❸ (a　b)
❹ (a　b)
❺ (a　b)
❻ (a　b)
❼ (a　b)
❽ (a　b)
❾ (a　b)
❿ (a　b)

30 すわってもいいですか

「～てもいいですか」「～ないでください」

▶ **学習目的** Main point / 学习目的 / Mục tiêu：「～てもいいですか」「～ないでください」の意味がわかる。

You understand the meaning of "～てもいいですか" "～ないでください".

理解「～てもいいですか」「～ないでください」的意义。

Nắm được ý nghĩa của cấu trúc "～てもいいですか" và "～ないでください".

▶ **留意点** Notes / 注意事项 / Lưu ý：絵を見て、どんな場面か考え、「(タバコを)吸う」「すわる」「(勉強を)する」などの動詞のテ形、ナイ形が正しく選べるようにしましょう。

まず、絵をよく見てどんな動詞を使うのか考えましょう。

Please select correctly -te form of verb or -nai form of the verb such as "(タバコを) すう" "すわる" "(べんきょうを) する" while looking at the pictures and imaging the situation. At first please look at pictures carefully and think about which verb to use.

看图思考应该使用哪个动词。并根据场景正确选择「(タバコを)吸う」「すわる」「(勉強を)する」等动词的テ形、ナイ形。

Nhìn tranh và suy nghĩ xem đoạn hội thoại diễn ra trong hoàn cảnh nào để lựa chọn dùng thể te (V-te) hay thể nai (V-nai) của các động từ như: "(タバコを) 吸う", "すわる", "(勉強を) する". Đầu tiên, bạn hãy nhìn tranh thật kĩ và nghĩ xem nên sử dụng động từ nào.

音声スクリプト Script / 录音脚本 / Nội dung bài nghe ▶▶▶ p.177

\ わくわく /

絵を見て、a、b、cの中から選んでください。

Look at the picture, and select the appropriate answer: a, b or c. ／请看图画，请从 a，b，c 中选择正确答案。／ Hãy nhìn tranh rồi hãy chọn phương án đúng từ a, b, c.

085 例

1 (b)

2 (a)

練習

❶ 1 (　)  2 (　)

❷ 1 (　)  2 (　)

❸ 1 (　)  2 (　)

❹ 1 (　)  2 (　)

❺ 1 (　)  2 (　)

31 あいています

状態の「〜ている」 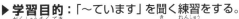 "〜ている" for Expressing a state of affairs／表示状态的「〜ている」／"〜ている" biểu đạt trạng thái

▶ **学習目的**
Main point
学习目的
Mục tiêu

「〜ています」を聞く練習をする。

You practice listening to "〜ています".

练习听「〜ています」，并理解其意义。

Luyện tập nghe kiểu câu "〜ています".

▶ **留意点**
Notes
注意事项
Lưu ý

ここで使う動詞は

> 開く、閉まる、つく、消える、落ちる

の5つだけです。「〜ています」という言い方と「〜て（い）る」という「い」を発音しないくだけた言い方と両方を聞きます。音声を聞いて適当な絵を選びましょう。

Only five verbs " 開く" "閉まる" "つく" "消える" "落ちる" are used in this chapter. You will hear both "〜ています" and "〜て(い)る". In the latter case, "い" is not pronounced. "〜ている" is less formal than "〜ています". Please select the appropriate picture by listening to the audio.

在此使用的动词只有5个。即：「開く」「閉まる」「つく」「消える」「落ちる」。在这里练习「〜ています」和「〜てる」。「〜てる」是「〜ています」的非正式表达方式。省略了て的发音。听录音后，选择正确答案图画。

Có 5 động từ được sử dụng trong bài học, đó là: "開く", "閉まる", "つく", "消える", "落ちる". Bạn sẽ nghe cả 2 cách nói, cách thứ nhất là "〜ています" và cách thứ 2 là "〜て(い)る", tức là cách nói thông thường/thân mật và không phát âm chữ "い". Hãy chú ý lắng nghe để chọn bức tranh phù hợp.

音声スクリプト Script／录音脚本／Nội dung bài nghe ▶▶▶ p.179

絵を見て、a、b、c の中から選んでください。

Look at the picture, and select the appropriate answer: a, b or c. ／请看图画，a，b，c 中选择正确答案。／ Hãy nhìn tranh rồi chọn phương án đúng từ a, b, c.

  例

❶ (a)　　❷ (b)

練習

❶ (　　)　❷ (　　)　❸ (　　)　❹ (　　)

❺ (　　)　❻ (　　)　❼ (　　)　❽ (　　)

❾ (　　)　❿ (　　)　⓫ (　　)　⓬ (　　)

32 まだ買っていません

「〜ていない」

▶ **学習目的**：「〜ていません」「〜ていない」という文型を勉強する。

You study the sentence pattern "〜ていません" "〜ていない".

学习「〜ていません」「〜ていない」句型。

Học cấu trúc câu "〜ていません", "〜ていない".

▶ **留意点**：「〜ていません」は「〜てません」、「〜ていない」は「〜てない」のように「い」を発音しないことも多いです。「まだ」の意味は何ですか。「〜て(い)ません」「〜て(い)ない」を使うときはどんなときですか。

"〜ていません" and "〜ていない" are often shortened like "〜てません" and "〜てない". What is the meaning of "まだ?" In what kind of occasions "〜て(い)ません" or "〜て(い)ない" are used?

句型「〜ていません」和「〜ていない」常常省略「い」的发音，「〜ていません」说成了「〜てません」，「〜ていない」则说成「〜てない」。再想想「まだ」是什么意思，什么时候使用「て(い)ません」「て(い)ない」。

Trong nhiều trường hợp "〜ていません" được nói thành "てません", còn "ていない" được nói thành "てない", tức là không phát âm chữ "い". Theo bạn, nghĩa của "まだ" là gì, khi nào dùng "て(い)ません", còn khi nào dùng "て(い)ない"?

音声スクリプト Script／录音脚本／Nội dung bài nghe ▶▶▶ **p.181**

I わくわく

「〜ていません」「〜てません」が入っているときは○、入っていないときは×を書いてください。

If the speaker says either "〜ていません" or "〜てません", draw a circle in the blank. If not, draw a cross. ／听到句子中有「〜ていません」「〜てません」时，请画○，没有时，请画×。／ Hãy viết ○ khi câu có cấu trúc "〜ていません" hoặc "〜てません", viết × khi không có các cấu trúc đó.

◀)) 089

◀)) 090 練習

❶	❷	❸	❹	❺	❻	❼	❽	❾	❿

\ わくわく /

II 「〜ていない」「〜てない」が入っているときは〇、入っていないときは×を書いてください。

If the speaker says either "〜ていない" or "〜てない", draw a circle in the blank. If not, draw a cross. ／听到句子中有「〜ていない」「〜てない」时，请画〇，没有时，请画×。／ Hãy viết 〇 khi câu có cấu trúc "〜ていない" hoặc "〜てない", viết × khi không có các cấu trúc đó.

🔊 091 例

男	女
×	〇

🔊 092 練習

❶		❷		❸		❹		❺		❻		❼	
男	女	男	女	男	女	男	女	男	女	男	女	男	女

\ わくわく /

III 「〜ていません」「〜てません」「〜ていない」「〜てない」が入っているときは〇、入っていないときは×を書いてください。

If the speaker says "〜ていません", "〜てません", "〜ていない" or "〜てない", draw a circle in the blank. If not, draw a cross. ／听到句子中有「〜ていません」「〜てません」「〜ていない」「〜てない」时，请画〇，没有时，请画×。／ Hãy viết 〇 khi câu có cấu trúc "〜ていません", "〜てません", "〜ていない" hoặc "〜てない", viết × khi không có các cấu trúc đó.

🔊 093 例

男	女
×	〇

🔊 094 練習

❶		❷		❸		❹		❺		❻		❼	
男	女	男	女	男	女	男	女	男	女	男	女	男	女

❽		❾		❿		⓫		⓬		⓭		⓮	
男	女	男	女	男	女	男	女	男	女	男	女	男	女

33 ペン、持っていますか

「〜ている」「〜ていない」

▶ **学習目的**：「〜ています」「〜ていません」「〜ている」「〜ていない」という文型を勉強する。

Main point / 学习目的 / Mục tiêu

You study the sentence patterns "〜ています" "〜ていません" "〜ている" "〜ていない".

学习「〜ています」「〜ていません」「〜ている」「〜ていない」句型。

Học 4 cấu trúc câu: "〜ています", "〜ていません", "〜ている" và "〜ていない".

▶ **留意点**：「い」を発音しないで、「〜てます」「〜てません」「〜てる」「〜てない」のように言うことも多いです。❶では、次の４つの動詞の使い方を勉強します。

Notes / 注意事项 / Lưu ý

結婚する、知る、住む、持つ

❷では、自動詞と他動詞のペアを使った会話を聞きます。その動詞は人の行為なのか、物の状態なのか注意して聞いてください。

"い" is often dropped from a verb, and they are shortened to "〜てます" "〜てません" "〜てる" "〜てない". You study how to use four verbs which are "けっこんする" "しる" "すむ" and "もつ" in the section I. In the section II you will hear the conversation using a transitive and an intransitive pair of the verbs. Please listen carefully to the verbs to see whether they are used to express the action of people or the state of things.

常常省略「い」的发音，而说成「〜てます」「〜てません」「〜てる」「〜てない」。 I 中使用4个动词，即：「結婚する」「知る」「住む」「持つ」。II 中，听使用自动词和他动词的对话。注意听哪个是人的行为动作，哪个是物质的状态。

Trong nhiều trường hợp, chữ "い" không được phát âm mà nói thành "〜てます", "〜てません", "〜てる", "〜てない". Ở phần thực hành I, bạn học cách sử dụng của 4 động từ "結婚する", "知る", "住む", "持つ". Ở phần thực hành II, bạn sẽ nghe đoạn hội thoại có sử dụng cặp tự động từ và tha động từ. Hãy chú ý lắng nghe xem động từ đó nói về hành động của con người hay trạng thái của đồ vật.

音声スクリプト Script／录音脚本／Nội dung bài nghe ▶▶▶ **p.185**

I

aかbか、続きを選んでください。その後で、確かめてください。

Select a or b, then confirm your answer. ／请听录音后，选择 a，b。然后确认答案。／ Hãy chọn phương án a hoặc b. Sau đó, hãy kiểm tra lại.

095 例
- ⓐ. 持っていません。
- b. 持ちません。

096 練習

❶
- a. していません。
- b. しませんでした。

❷
- a. しています。
- b. するんです。

❸
- a. 知っていません。
- b. 知りません。

❹
- a. 知ってる。
- b. 知ります。

❺
- a. 住んでいます。
- b. 住みます。

❻
- a. 住んでない。
- b. 住まない。

❼
- a. 持ってます。
- b. 持ちます。

❽
- a. 持っていません。
- b. 持ちません。

II わくわく

女の人は何と言うでしょうか。表の動詞から選んで（　　）に正しい形を書いてください。その後で、確かめてください。

What will a woman say? Select the appropriate verb from the chart. Then confirm your answer.／女生在说什么？请从动词表中选择动词，然后在（ ）中填写正确形式。最后，确认答案。／Nhân vật nữ nói gì? Hãy chọn động từ thích hợp từ bảng dưới đây thể và viết thể đúng của động từ đó vào trong ngoặc. Sau đó, hãy kiểm tra lại.

あく	しまる	つく	きえる	おちる
あける	しめる	つける	けす	おとす

◀)) 097　例　女：だれが（　しめた　）のでしょうか。

◀)) 098　練習

❶ 女：だれが（　　　　　）のでしょうか。

❷ 女：だれが（　　　　　）のでしょうか。

❸ 女：さっき、私が（　　　　　）ました。

❹ 女：ええ、私が（　　　　　）ました。

❺ 女：だんぼうが（　　　　　）いますよ。

❻ 女：あ、まどが（　　　　　）います。

❼ 女：今6時だから、銀行は（　　　　　）いますよ。

❽ 女：ええ、ごみがいっぱい（　　　　　）いますね。

34 先生はいつ日本にいらっしゃいましたか

尊敬語 (1) 不規則形　Honorific verbs (1)／敬语 (1)／Động từ kính ngữ (1)

▶ **学習目的**　尊敬語の不規則形を聞いて意味がわかる。
Main point
学习目的
Mục tiêu

You listen and understand the meaning of the irregular honorific verbs.

听非规则形敬语，并理解其意义。

Nghe và nắm được ý nghĩa của động từ kính ngữ thể bất quy tắc.

▶ **留 意 点**　目上の人やよく知らない人に話しかけるときは、尊敬語を使います。「いらっしゃる」や「めしあがる」は複数の異なる意味がありますから、文脈からどの動詞か考えてください。ここで使う尊敬語は以下のようなものです。
Notes
注意事项
Lưu ý

The honorific forms are used to talk to someone who has a higher status, who is older than you, or a person you don't know very well. Since "いらっしゃる" "めしあがる" have some different meanings, you need to think about and find out what each verb means from each context. The followings are the honorific verbs you hear in this chapter.

在和长辈人以及陌生人搭讪的时候，使用敬语。像「いらっしゃる」和「めしあがる」这样的敬语包含复数意义，因此，要从句子的上下文中判断敬语的动词。在此列举的敬语有如下几个：

Ta dùng kính ngữ khi nói chuyện với người trên hoặc người lạ mà bản thân không biết rõ. Vì động từ "いらっしゃる" hay "めしあがる" có nhiều ý nghĩa khác nhau nên từ văn cảnh bạn hãy suy nghĩ xem động từ đó mang ý nghĩa nào. Dưới đây là những động từ kính ngữ được dùng trong bài.

> いらっしゃる（いる、いく、くる）
>
> めしあがる（のむ、たべる）
>
> おっしゃる（いう）
>
> ごらんになる（みる）
>
> なさる（する）

音声スクリプト Script／录音脚本／Nội dung bài nghe ▶▶▶ **p.189**

> \わくわく/
>
> **先生と学生が話しています。学生が使っている尊敬語はどの動詞ですか。下から選んで、書いてください。**
>
> A student and a teacher are talking, and the student is using the honorific verb forms. Fill in the blanks with the dictionary form of the verbs used by the students in the conversation. Choose from the verbs listed below. ／老师和学生在谈话。学生所使用敬语时那个动词？请从下列［　］中选择。／Trong đoạn hội thoại, giáo viên và sinh viên đang nói chuyện. Động từ kính ngữ mà sinh viên sử dụng là động từ nào? Hãy chọn từ các động từ dưới đây rồi viết vào chỗ trống.

> いる　　いく　　くる　　たべる　　のむ　　いう　　みる　　する

🔊 099 　例　（　くる　）

🔊 100 　**練習**

❶　（　　　　　）

❷　（　　　　　）

❸　（　　　　　）

❹　（　　　　　）

❺　（　　　　　）

❻　（　　　　　）

❼　（　　　　　）

35 先生はすぐいらっしゃいますよ

尊敬語 (2) 不規則形　Honorific verbs (2)／敬语 (2)／Động từ kính ngữ (2)

▶ **学習目的**：尊敬語の不規則形を聞いて意味がわかる。

Main point　You listen and understand the meaning of the irregular honorific forms.
学习目的
Mục tiêu　听非规则形敬语，并理解其意义。

Nghe và nắm được ý nghĩa của động từ kính ngữ thể bất quy tắc.

▶ **留意点**：第34課と同じ動詞の尊敬語です（第34課参照）。この課では、学生と事務員が先生について話しています。先生はそこにはいませんが、先生の行為については、尊敬語を使っています。

Notes　The verbs in the chapter 34 are used in this chapter. A student and an office clerk
注意事项　are talking about the professor. The professor is not there with them, but they use
Lưu ý　the honorific forms to describe the action of the professor.

这里使用的是和34课一样的动词的敬语（请参阅34课）。这课的场景是学生和办公室人员在谈及老师。老师本身不在现场，但是在谈及老师的行为时，也使用敬语。

Bài học này sử dụng động từ kính ngữ như ở bài 34 (tham khảo bài 34). Ở bài học này, sinh viên và giáo vụ nói chuyện về thầy/cô giáo. Mặc dù thầy/cô hiện không có mặt trong cuộc hội thoại, nhưng ta dùng động từ kính ngữ khi nói về hành động của thầy/cô.

音声スクリプト Script／录音脚本／Nội dung bài nghe ▶▶▶ **p.191**

事務室の人と学生が先生について話しています。使っている尊敬語はどの動詞ですか。下から選んで書いてください。

いる　いく　くる　たべる　のむ　いう　みる　する

例　（　くる　）

練習

❶　（　　　　　）

❷　（　　　　　）

❸　（　　　　　）

❹　（　　　　　）

❺　（　　　　　）

❻　（　　　　　）

❼　（　　　　　）

36 おなかがいたいんです

体の部位 / Parts of the body / 身体部位 / Phận của cơ thể

▶ **学習目的**：体の部位を表す語を勉強する。
Main point / 学习目的 / Mục tiêu
You study the vocabulary to describe the parts of the body.

学习表示身体部位用语。

Học từ vựng về các bộ phận của cơ thể.

▶ **留意点**：医者が患者にたずねる会話を聞いて、体の部位を表す語を勉強します。先に、次のページの絵を見て、日本語のことばを確認しておきましょう。
Notes / 注意事项 / Lưu ý

> 頭、手、鼻、耳、お腹、のど、足、歯、腰、肩

You study the vocabulary to describe the parts of the body by listening to the conversation in which a doctor asks a patient a question. Please confirm the following words in Japanese by looking at the picture on the next page.
　　[Head, hand, nose, ear, stomach, throat, leg, tooth, lower back, shoulder]

首先听医生向患者问诊的对话，然后学习表示身体部位的用语。先确认以下 10 个名词的意思。
　　「头、手、鼻子、耳朵、肚子、嗓子、脚、牙、腰、肩膀」

Nghe cuộc đối thoại giữa bác sĩ với bệnh nhân để học từ vựng về các bộ phận của cơ thể. Đầu tiên, bạn hãy nắm rõ ý nghĩa của 10 từ vựng sau:
　　(đầu, tay, mũi, tai, bụng, cổ họng, chân, răng, thắt lưng-hông, vai)

音声スクリプト Script / 录音脚本 / Nội dung bài nghe ▶▶▶ p.193

\わくわく/

どこがよくないですか。適当なものを選んでください。
Where does it hurt? Select the appropriate answer. ／哪儿不舒服？请选择正确答案。／Bệnh nhân đau chỗ nào? Hãy chọn phương án thích hợp.

🔊 103　例　| e |

🔊 104　練 習

❶	❷	❸	❹	❺	❻	❼	❽	❾

84

37 かぜをひいたので病院へ行きます

「～ので」

▶ **学習目的** / Main point / 学习目的 / Mục tiêu:
「AのでB」という文型を勉強する。

You study the sentence pattern using "A ので B".

学习「AのでB」句型。

Học cấu trúc: "AのでB".

▶ **留意点** / Notes / 注意事項 / Lưu ý:
Aは理由で、Bはその結果どうなのかを言います。会話を聞いて、何がAで、何がBか、考えてから、答えを選んでください。会話の中に理由を表す「～んだ／～んです」「の」などが入っていることに注意しましょう。

In a "A ので B" sentence, the part "A" describes a reason and the part "B" describes the result. Please listen to the conversation and select the answer after thinking about what "A" is and what "B" is. Please pay attention to the conversation with the expression "～んだ／～んです" or "の" that also indicates the reason.

A 表示理由，B 表示其结果。听录音后，想想什么是 A，什么是 B，然后选择正确答案。请注意，对话中表示理由的句子中有时使用「～んだ／～んです」「の」。

A nói về lí do, B nói về kết quả. Hãy nghe đoạn hội thoại và suy nghĩ lí do A là gì, kết quả B là gì, rồi chọn câu trả lời phù hợp. Chú ý rằng trong đoạn hội thoại có sự xuất hiện của các cấu trúc hoặc từ ngữ biểu thị lí do như "～んだ／～んです", "の".

音声スクリプト Script ／ 录音脚本 ／ Nội dung bài nghe ▶▶▶ p.195

\ わくわく /

会話を聞いてください。その後で、適当な文をa、b、cから選んでください。

Listen to the conversation. Then select the appropriate answer: a, b or c. ／请听录音对话，然后从 a、b、c 中选择正确答案。／ Hãy nghe đoạn hội thoại. Sau đó hãy chọn câu trả lời thích hợp từ a, b, c.

🔊 105 例 (a b （c）)

🔊 106 練習

❶ (a b c)　　❺ (a b c)
❷ (a b c)　　❻ (a b c)
❸ (a b c)
❹ (a b c)

38 小さい、高い、しずかな、げんきな

名詞修飾 (1) イ形容詞とナ形容詞
Noun modification (1) ／名词修饰／Bổ nghĩa cho danh từ (1)

▶ **学習目的** Main point／学习目的／Mục tiêu：イ形容詞とナ形容詞の名詞修飾のしかたを勉強する。

You study how to modify nouns using i-adjectives and na-adjectives.

学习イ形容詞和ナ形容詞的名词修饰法。

Học cách dùng tính từ đuôi i và tính từ đuôi na để bổ nghĩa cho danh từ.

▶ **留意点** Notes／注意事项／Lưu ý：「ゆうめい」「きれい」は「い」で終わっていますが、ナ形容詞です。「みどり」は日本語では名詞ですから「みどりのバッグ」のように「の」を使います。

"ゆうめい" "きれい" are na adjectives, even though they end with "い". "みどり" is a noun in Japanese, so you use "の" to modify a noun.

「ゆうめい」「きれい」这两个形容词虽然他们的词尾都是以「い」结尾的，但是，它们是ナ形容詞。「みどり」在日语中是名词，使用名词修饰名词时，应该使用「みどりのバッグ」。

Các tính từ "ゆうめい", "きれい" có đuôi i, nhưng là tính từ đuôi na. Từ "みどり" mang nghĩa màu xanh lá cây, nhưng trong tiếng Nhật lại là danh từ nên ta sử dụng trợ từ "の" như trong "みどりのバッグ".

音声スクリプト Script／录音脚本／Nội dung bài nghe ▶▶▶ p.198

わくわく

I 絵を見て（　）に形容詞を書いてください。

Look at the picture and fill in the blanks with the appropriate adjectives.／看图画，请在（　）中写形容词。／Nhìn tranh rồi điền tính từ thích hợp vào ngoặc.

🔊 107　例　（　たかい　）やま

練習

❶ (　　　　) みち

❷ (　　　　) かみ

❸ (　　　　) へや

❹ (　　　　) ビル

❺ (　　　　) もんだい

❻ (　　　　) まち

❼ (　　　　) えいが

❽ (　　　　) テーブル

II

( )に「い」か「な」か「の」を書いてください。いらないときは、×を入れてください。

Fill in the blanks with "い", "な" or "の", as appropriate. If "い", "な" or "の" are unnecessary, draw a cross in the blank. ／请在( )中填入「い」或「か」。不需要时画×。／Hãy viết "い","な" hoặc "の" vào trong ngoặc. Nếu không cần "い", "な"hoặc "の" thì hãy viết ×.

例　やさし（ い ）テスト

練習

❶ げんき（　　）こども

❷ ゆうめい（　　）大学

❸ みどり（　　）バッグ

❹ おいし（　　）コーヒー

❺ しずか（　　）店

❻ せま（　　）道

❼ 大き（　　）セーター

❽ きれい（　　）花

❾ うるさい（　　）人

❿ おもしろ（　　）えいが

39 アメリカのほうが日本より広いです

形容詞の比較　Comparison using adjectives／形容词的比较／Câu so sánh sử dụng tính từ

▶**学習目的**：形容詞を使って２つのものを比較する表現を聞いてわかる。

Main point
学习目的
Mục tiêu

You listen and understand the expression of comparing two things using adjectives.

听形容词表示比较的句型，并理解其意义。

Nghe cách diễn đạt so sánh 2 vật có sử dụng tính từ và nắm được ý nghĩa.

▶**留意点**：「AのほうがBより～です」は、語順を変えて「BよりAのほうが～です」と言っても同じ意味です。❶では全部の文に「のほうが」が入っていますが、❷では、「AはBより～です」のように、「のほうが」は入っていません。意味は同じです。

Notes
注意事项
Lưu ý

"AのほうがBより～です" and "BよりAのほうが～です" are the same meaning. All the sentences in the section I use "のほうが", but the sentences in the section II don't have "のほうが" like "A は B より～です". The meanings are the same.

「AのほうがBより～です」和「BよりAのほうが～です」的意思是相同的。第Ⅰ中，每个句子都带有「のほうが」，第Ⅱ中使用「AはBより～です」句型。没有「のほうが」，但是这两个句型的意思是相同的。

Cấu trúc: "AのほうがBより～です" có thể thay đổi trật tự A, B, thành: "BよりAのほうが～です", nhưng ý nghĩa của chúng giống nhau. Ở phần thực hành I, tất cả các câu đều có "のほうが", nhưng ở phần thực hành II thì không có "のほうが" mà chỉ còn lại "AはBより～です", song ý nghĩa câu không thay đổi.

音声スクリプト Script／录音脚本／Nội dung bài nghe ▶▶▶ **p.200**

\わくわく/ I

aかbか選んでください。
Select an appropriate answer: a or b. ／请从a、b中选择正确答案。／Hãy chọn phương án a hoặc b.

例 (a．アメリカ　　b．日本) のほうが広いです。

練習

❶ (a．でんしゃ　　b．タクシー) のほうがはやいです。

❷ (a．とうきょう　　b．きょうと) のほうがにぎやかです。

❸ (a．うどん　　b．そば) のほうがおいしいです。

❹ (a．つき　　b．ちきゅう) のほうが大きいです。

❺ (a．あか　　b．あお) のほうがいいです。

❻ (a．とうきょう　　b．パリ) のほうがさむいです。

❼ (a．ロンドン　　b．とうきょう) のほうがぶっかが高いです。

❽ (a．じてんしゃ　　b．車) のほうがべんりです。

❾ (a．今週　　b．来週) のほうがひまです。

❿ (a．これ　　b．あれ) のほうがおいしいです。

II

正しいものには〇、間違っているものには×を書いてください。
Draw a circle if the statement is correct, draw a cross if incorrect. ／正确时，在（ ）中画〇，错误时画×。／Nếu câu đúng hãy viết 〇, nếu câu sai hãy viết × vào ô trống.

アリ　　田中　　ピーター　　サリー　　木村
(21さい) (21さい) (18さい) (28さい) (25さい)

 例　　×

 練習

❶	❷	❸	❹	❺	❻

40 もうお買いになりましたか

尊敬語 (3) 規則形「お〜になる」「お〜ください」
Honorific verbs (3) ／ 敬语 (3) ／ Động từ kính ngữ (3)

▶ **学習目的** Main point / 学习目的 / Mục tiêu：尊敬語の「お〜になる」と「お〜ください」を聞いて意味がわかる。

You listen and understand the meaning of the honorific expression, "お〜になる" and "お〜ください".

听敬语「お〜になる」和「お〜ください」，并理解其意义。

Nghe và nắm được ý nghĩa của kính ngữ "お〜になる" và "お〜ください".

▶ **留意点** Notes / 注意事项 / Lưu ý：「お〜になりますか」という質問文は、単に質問の意味のときもあるし、勧めの意味のときもあります。「お〜ください」は、命令、許可、勧めなどで使います。それぞれの会話はどんな意味か注意して聞いてください。

The meanings of the question "お〜になりますか" can be a simple question, but can be a suggestion sometimes. "お〜ください" is used for an order, a permission, and a suggestion. Please listen carefully to find out for which meaning the each conversation is used.

在使用「お〜になりますか」问对方时，有时只表示单纯的疑问，有时还表示劝诱。「お〜ください」在表示命令，许可和劝诱时使用。请认真听，每个句子到底是什么意思。

Khi đặt câu hỏi, đề nghị, đưa lời khuyên với người trên hoặc người lạ mà bản thân không biết rõ, ta dùng "お〜になりますか。", "お〜ください". Chú ý rằng "お〜になりますか。" ngoài ý nghĩa hỏi thông thường còn có ý nghĩa mời đối phương điều gì đó. "お〜ください" dùng khi yêu cầu, cho phép, hoặc mời mọc. Hãy chú ý lắng nghe xem nội dung của từng đoạn hội thoại tương ứng với ý nghĩa gì.

音声スクリプト Script ／ 录音脚本 ／ Nội dung bài nghe ▶▶▶ p.202

\ わくわく /

> 女の人の使っている動詞の辞書形を書いてください。
> Fill in the blank with the dictionary form of the verb used by the woman. ／习请写出女生所使用的动词的字典形（原形）。／ Hãy viết thể từ điển của động từ mà nhân vật nữ sử dụng.

🔊 115 例 ❶ （　　かう　　）
　　　　❷ （　　つかう　　）

🔊 116 練習

❶ （　　　　　　）

❷ （　　　　　　）

❸ （　　　　　　）

❹ （　　　　　　）

❺ （　　　　　　）

❻ （　　　　　　）

❼ （　　　　　　）

❽ （　　　　　　）

❾ （　　　　　　）

❿ （　　　　　　）

41 この家はやねがチョコレートです

「～は～が～」

▶ **学習目的**：「～は～が…」という文型を勉強する。
Main point
学习目的　You study the sentence pattern "～は～が…".
Mục tiêu
　　　　学习「～は～が…」句型。

　　　　Học cấu trúc "～は～が…".

▶ **留意点**：「～は」という主題について「～が…」という性質をもっていると
Notes
注意事项　いう文です。「～は～が」という助詞に注意して聞いてください。
Lưu ý
"～は" shows the topic of the sentence. "～が…" expresses the feature of the topic.
Please listen carefully to the particles in the sentence pattern "～は～が".

这个句型是，「～は」表示主题，「～が…」表示其性质。请注意听助词「～は～が」。

Trong câu, "～は" nói về chủ đề, còn "～が…" nói về đặc điểm, tính chất
của chủ đề đó. Hãy chú ý lắng nghe phần trợ từ trong "～は～が".

音声スクリプト Script／录音脚本／Nội dung bài nghe ▶▶▶ p.204

\わくわく/

右と左のことばを線でむすんでください。
Match the words on the left with the appropriate word on the right. ／请将左右用直线链接起来。／
Hãy nối từ vựng ở bên phải và từ vựng bên trái với nhau.

◀)) 117　例　　　　　　　　　　　　やね　・　　　　　　

◀)) 118　練習

この　　　　　　　　　は ｛　❶ ドア　　・　　・ ビスケット

　　　　　　　　　　　　　❷ まど　　・　　・ キャンディー

　　　　　　　　　　　　　❸ かべ　　・　　・ チョコレート

　　　　　　　　　　　　　❹ テーブル ・　　・ おせんべい

　　　　　　　　　　　　　　　　　　　　　　・ ドーナツ

95

私の
わたし
  は
- ❺ 目 ・　・ 小さい
　　め　　　　ちい
- ❻ 足 ・　・ 少ない
　　あし　　　すく
- ❼ かみ ・　・ 短い
　　　　　　　みじか
- 　　　　　　・ 大きい
　　　　　　　　おお

 は
- ❽ ぶっか ・　・ 少ない
　　　　　　　　すく
- ❾ 人と車 ・　・ べんり
　　ひと　くるま
- ❿ 電車 ・　・ 多い
　　でんしゃ　　　おお
- 　　　　　　・ 高い
　　　　　　　　たか

この  は
- ⓫ ポケット ・　・ あまりよくない
- ⓬ そで ・　・ 長い
　　　　　　　　なが
- ⓭ デザイン ・　・ 短い
　　　　　　　　　みじか
- 　　　　　　・ たくさんある

42 あした雨がふったらへやで勉強します

「〜たら」

▶**学習目的**：「AたらB」という文を勉強する。

You study the sentence pattern "A たら B".

学习「AたらB」句型。

Học cấu trúc: "AたらB".

▶**留意点**：「AたらB」は、「Aたら」という条件のもとでどうするかという関係を表します。「〜たらどうしますか/どうする」という質問文を聞いて、正しい答えを選んでください。

The "A たら B" sentence indicates what the person does under the condition of "A たら". Please listen to the questions "〜たらどうしますか/どうする" and select the appropriate answer.

「AたらB」是指在A这样的条件下，就B（怎样做）的表示条件关系的句型。听录音「〜たらどうしますか/どうする」等疑问句后，选择正确答案。

Cấu trúc "AたらB" thể hiện mối quan hệ giữa điều kiện "Aたら" với hành động mà người nói sẽ thực hiện khi ở trong điều kiện đó. Hãy nghe câu hỏi "〜たらどうしますか/どうする" và chọn câu trả lời đúng.

音声スクリプト Script／录音脚本／Nội dung bài nghe ▶▶▶ **p.205**

> **aかbか選んでください。**
> Select the appropriate answer: a or b. ／请从a，b中选择正确答案。／Hãy chọn phương án a hoặc b.

  (a ⓑ)

練習

❶ (a   b)

❷ (a   b)

❸ (a   b)

❹ (a   b)

❺ (a   b)

❻ (a   b)

❼ (a   b)

❽ (a   b)

❾ (a   b)

❿ (a   b)

43 むずかしいと思います

「～と思う」

▶ **学習目的**: 「～と思う」の「～」の部分の形がわかる。
Main point
学习目的
Mục tiêu

You understand what form is used in front of "と" in "～とおもう".

听录音，理解「～と思う」的「～」部分。

Nắm được thể dạng của phần "～" trong "～と思う".

▶ **留意点**: 「～と思う」の「～」は普通体です。肯定の場合と、否定の場合を
Notes
注意事项
Lưu ý
聞く練習をします。名詞とナ形容詞は「元気だと思う」のように「だ」
がありますが、イ形容詞は「だ」がありません（「高いだと思う」は
間違いです）。

You use the plain forms for the part "～" in "～とおもう". Please practice listening to both the affirmative and the negative. You need to use "だ" for nouns and na-adjectives like "げんきだとおもう", but do not need to use "だ" for i-adjectives. (It is wrong to say "たかいだとおもう".)

「～と思う」的「～」部分是简体。听录音，理解肯定和否定。名词和ナ形容词时，使用「～だと思う」如：「元気だと思う」。イ形容词没有「だ」，因此，「高いだと思う」是错误的句子。

Trong "～と思う" thì phần "～" ở dạng thông thường. Ở phần thực hành, bạn luyện nghe cả trường hợp khẳng định và trường hợp phủ định. Với danh từ và tính từ đuôi na, cần có thêm từ "だ", như "元気だと思う", nhưng với tính từ đuôi i thì không cần từ "だ" (Không nói: "高いだと思う").

音声スクリプト Script／录音脚本／Nội dung bài nghe ▶▶▶ **p.207**

鈴木さんが意見を言います。（　　）に適当なひらがなを書いてください。

Listen to Suzuki-san. What does he think? Fill in the blanks with the appropriate hiragana. ／铃木发表自己的意见。请在（ ）里写假名。／ Hãy nghe anh Suzuki nói ý kiến và viết chữ Hiragana thích hợp vào trong ngoặc.

例　（　むずかしい　）と思います。

練習

❶　（　　　　　　　）と思います。

❷　（　　　　　　　）と思います。

❸　（　　　　　　　）と思います。

❹　（　　　　　　　）と思います。

❺　（　　　　　　　　　　　）と思います。

❻　（　　　　　　　）と思います。

❼　（　　　　　　　）と思います。

❽　（　　　　　　　　　　　）と思います。

❾　（　　　　　　　）と思います。

❿　（　　　　　　　）と思います。

44 右にまがるとありますよ

条件の「～と」と道順
"～と" for conditions and giving directions ／表示条件的「～と」和順序／Dùng "と" khi đưa ra điều kiện và khi chỉ đường

▶ **学習目的** Main point 学习目的 Mục tiêu：
道の説明で「～と」を使った表現を勉強する。
You study the expression using "～と" that is often used to give a direction.
学习说明道路的「～と」的使用方法。
Học cách sử dụng "～と" khi chỉ đường.

▶ **留意点** Notes 注意事项 Lưu ý：
道の説明でよく使われる表現に注意しながら、正しい位置を選んでください。
Please select the appropriate location while paying attention to the expressions that are often used to give a direction.
注意听经常使用的道路说明的表达，选择正确位置。
Chú ý đến cách diễn đạt hay được dùng khi chỉ đường, đồng thời cố gắng chọn vị trí đúng.

音声スクリプト Script／录音脚本／Nội dung bài nghe ▶▶▶ p.209

＼わくわく／

絵を見て a、b、c の中から選んでください。
Look at the picture, and select the appropriate answer: a, b or c.／请看图画, a, b, c 中选择正确答案。／ Hãy nhìn tranh rồi chọn phương án đúng từ a, b hoặc c.

123 例

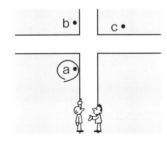

練習

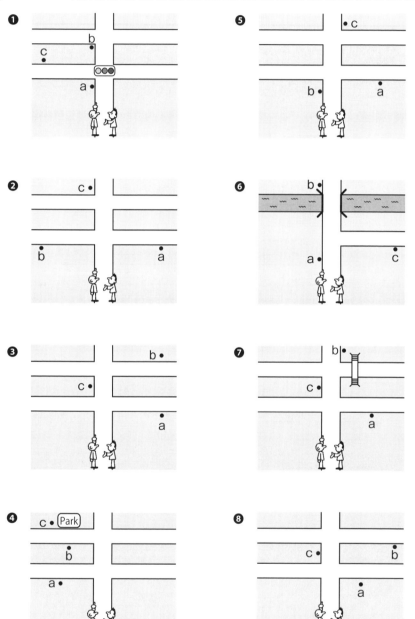

解答
かい とう
Answer／答案／Câu trả lời

01

I
❶ c ❷ b ❸ a ❹ b

II
❶ a ❷ c ❸ b ❹ b ❺ a

III
❶ c ❷ b ❸ a ❹ a ❺ c

02

I
❶ ◯ ❷ ✕ ❸ ◯ ❹ ✕
❺ ✕ ❻ ◯ ❼ ◯ ❽ ◯
❾ ✕ ❿ ✕

II
❶ ◯ ❷ ✕ ❸ ✕ ❹ ◯
❺ ◯ ❻ ◯ ❼ ✕ ❽ ✕

03

I
❶ は ❷ も ❸ は、の ❹ の、は
❺ の、も ❻ は、の ❼ は、の
❽ も、の ❾ の、は ❿ の、も
⓫ の、は ⓬ の、は

II
❶ の、は、の、も、の、は、の、は
❷ は、の、も、の、の、は、の、も
❸ は、の、も、の、の、は、の、は
❹ は、の、の、は、の、は、の

04

I
❶ a ❷ a ❸ b ❹ b ❺ a
❻ a ❼ b ❽ b ❾ a ❿ b
⓫ b ⓬ a ⓭ a ⓮ a

II
❶ 1 a 2 c 3 b 4 c
❷ 1 b 2 c 3 b 4 c
❸ 1 a 2 c 3 a 4 c
❹ 1 b 2 c 3 b 4 c
❺ 1 a 2 c 3 b 4 c

05

a. 18   b. 81   c. 56   d. 65
e. 605 f. 69   g. 96   h. 906
i. 48   j. 418 k. 408 l. 110
m. 111 n. 350 o. 305
p. 3035 q. 801 r. 810
s. 811 t. 1600 u. 1160
v. 16100 w. 267 x. 2607
y. 7850 z. 78500

06

❶ 50 ❷ 85 ❸ 200 ❹ 890
❺ 1,980 ❻ 605 ❼ 138

❽ 2,390　❾ 4,560　❿ 9,180
⓫ 13,000　⓬ 5,015　⓭ 48,300
⓮ 15,980　⓯ 67,300

07

❶ 1 b　2 c　3 a
❷ 1 a　2 c　3 b
❸ 1 b　2 c　3 a
❹ 1 c　2 b　3 a

08

\わくわく/
Ⅰ

❶ d　❷ b　❸ a　❹ f　❺ h
❻ g　❼ c　❽ e　❾ i　❿ j

\わくわく/
Ⅱ

❶ c　❷ d　❸ b　❹ a　❺ f
❻ i　❼ h　❽ j　❾ g　❿ e
⓫ a　⓬ b　⓭ g　⓮ h　⓯ f
⓰ d　⓱ i　⓲ e　⓳ c　⓴ j

09

❶ i　❷ n　❸ e　❹ l　❺ m
❻ j　❼ d　❽ c　❾ b　❿ f
⓫ k　⓬ a　⓭ o

10

❶ →　❷ ←　❸ →　❹ ←　❺ →
❻ →　❼ ←　❽ ←　❾ →　❿ →
⓫ ←　⓬ ←　⓭ ←　⓮ →　⓯ ←
⓰ →　⓱ ←　⓲ →　⓳ →　⓴ ←

11

❶ a　❷ a　❸ a　❹ b　❺ b
❻ a　❼ b　❽ a　❾ b　❿ a
⓫ a　⓬ b　⓭ b　⓮ b　⓯ a
⓰ b

12

\わくわく/
Ⅰ

❶ あります　❷ あります　❸ います
❹ います　❺ あります　❻ あります
❼ います　❽ あります　❾ います
❿ あります

\わくわく/
Ⅱ

❶ あります　❷ います　❸ あります
❹ います　❺ あります　❻ います
❼ います　❽ あります　❾ います
❿ あります

13

❶ ○　❷ ○　❸ ×　❹ ×　❺ ○
❻ ×　❼ ○　❽ ○　❾ ○　❿ ×

14

\わくわく/
Ⅰ

❶ a　❷ f　❸ e　❹ c　❺ d

3

わくわく II

❶ A ❷ C ❸ B ❹ D ❺ E

15

❶ 1 b 2 d 3 c 4 a
❷ 1 d 2 a 3 b 4 c
❸ 1 a 2 c 3 d 4 b

16

❶ a ❷ c ❸ a ❹ c ❺ c
❻ a ❼ c ❽ b ❾ c ❿ b
⓫ c ⓬ a ⓭ c ⓮ b ⓯ c

17

❶ f ❷ j ❸ h ❹ b ❺ i
❻ g ❼ c ❽ e

18

❶ a ❷ b ❸ a ❹ a ❺ b
❻ b ❼ b ❽ b

19

わくわく I

❶ d ❷ j ❸ o ❹ n ❺ i
❻ l ❼ p ❽ m ❾ w ❿ e

わくわく II

❶ r ❷ t ❸ p ❹ n ❺ j
❻ c ❼ u ❽ k ❾ b ❿ h

20

❶ t ❷ l ❸ a ❹ n ❺ i
❻ q ❼ m ❽ g ❾ k ❿ o
⓫ v ⓬ b ⓭ f ⓮ p ⓯ w
⓰ u ⓱ d

21

❶ m+e ❷ f+o ❸ h+i
❹ d+j ❺ a+j ❻ l+m
❼ d+n ❽ b+g ❾ n+c
❿ k+l

22

❶ b ❷ a ❸ a ❹ b ❺ b
❻ a ❼ a ❽ b ❾ a ❿ b

23

わくわく I

❶ h ❷ e ❸ i ❹ b ❺ f
❻ d ❼ g ❽ a ❾ j ❿ c

わくわく II

❶ g ❷ d ❸ e ❹ j ❺ c
❻ f ❼ l ❽ b ❾ a ❿ i

24

a. 1:00 2:00 3:00 4:00
          ↑

b. 7:30　8:00　8:30　9:00
　　　　　　　　　→

c. 11:00　12:00　1:00　2:00
　　　　　　　　　↑

d. 4:00　5:00　6:00　7:00
　　　　　◯

e. 4:00　5:00　6:00　7:00
　　↑

f. 5:10　5:40　6:10　6:40
　　　　　　　　↑

g. 8:00　8:30　9:00　9:30
　　　　　　　　　　↑

h. 6:50　7:00　7:10　7:20
　　　　　　　　　　◯

i. 11:45　12:15　12:45　1:15
　　　　　→　　　　　↑

j. 7:40　8:10　8:40　9:10
　　→　　　　　　　　↑

25

a. 1月1日
　いちがつ ついたち
b. 4月4日
　しがつ よっか
c. 2月3日
　にがつ みっか
d. 6月10日
　ろくがつ とおか
e. 7月16日
　しちがつ じゅうろくにち
f. 8月9日
　はちがつ ここのか
g. 3月3日
　さんがつ みっか
h. 5月5日
　ごがつ いつか
i. 9月2日
　くがつ ふつか
j. 10月8日
　じゅうがつ ようか

k. 11月6日
　じゅういちがつ むいか
l. 12月7日
　じゅうにがつ なのか
m. 2月12日
　にがつ じゅうににち
n. 6月11日
　ろくがつ じゅういちにち
o. 7月20日
　しちがつ はつか
p. 9月28日
　くがつ にじゅうはちにち
q. 12月19日
　じゅうにがつ じゅうくにち
r. 4月24日
　しがつ にじゅうよっか
s. 3月18日
　さんがつ じゅうはちにち
t. 8月27日
　はちがつ にじゅうしちにち

26

わくわく I

❶○　❷×　❸○　❹×　❺×
❻○　❼×　❽○　❾×　❿○

わくわく II

練習1

❶k　❷i　❸l　❹f　❺j
❻g　❼e　❽a　❾c　❿d

練習2

❶k　❷i　❸d　❹l　❺c
❻a　❼e　❽g　❾j　❿f

27

❶○　❷×　❸○　❹○　❺×
❻○　❼○　❽○　❾×　❿○
⓫×　⓬○

28

I

❶いか ❷こ ❸のら ❹たた
❺いわ ❻また ❼み ❽しな
❾かわ ❿ね

II

❶a ❷d ❸i ❹h ❺f
❻g ❼b ❽c

29

❶b ❷a ❸b ❹a ❺b
❻b ❼b ❽b ❾b ❿b

30

❶1 a 2 a
❷1 c 2 b
❸1 b 2 c
❹1 a 2 c
❺1 a 2 c

31

❶a ❷c ❸b ❹c ❺a
❻a ❼a ❽c ❾a ❿a
⓫c ⓬b

32

I

❶× ❷○ ❸○ ❹× ❺×
❻○ ❼× ❽× ❾○ ❿×

II

❶男× 女× ❷男× 女○
❸男× 女○ ❹男× 女×
❺男× 女× ❻男× 女×
❼○男 女×

III

❶男× 女○ ❷男× 女×
❸男× 女× ❹男× 女○
❺男× 女× ❻男× 女×
❼男× 女× ❽男× 女×
❾男× 女○ ❿男× 女×
⓫男× 女× ⓬男× 女○
⓭男○ 女× ⓮男○ 女×

33

I

❶a ❷b ❸b ❹a ❺a
❻a ❼a ❽a

II

❶つけた ❷おとした ❸あけ
❹けし ❺ついて ❻あいて
❼しまって ❽おちて

34

❶いる ❷する ❸いく ❹のむ
❺みる ❻たべる ❼いう

35
❶いる ❷いう ❸する ❹のむ
❺たべる ❻みる ❼いく

36
❶d ❷b ❸j ❹a ❺c
❻f ❼i ❽g ❾h

37
❶a ❷b ❸c ❹a ❺b
❻c

38
I
❶くらい ❷みじかい ❸ひろい
❹ふるい ❺かんたんな
❻にぎやかな ❼おもしろい
❽ひくい

II
❶な ❷な ❸の ❹い ❺な
❻い ❼い ❽な ❾× ❿い

39
I
❶a ❷a ❸b ❹a ❺a
❻b ❼b ❽a ❾b ❿b

II
❶× ❷○ ❸○ ❹× ❺×
❻○

40
❶まつ ❷のむ ❸はいる
❹よむ ❺あう ❻つかれる
❼すわる ❽わかる ❾かく
❿きく

41
❶ビスケット ❷ドーナツ
❸キャンディー ❹おせんべい
❺大きい ❻短い
❼少ない ❽高い ❾多い
❿べんり ⓫たくさんある
⓬長い ⓭あまりよくない

42
❶b ❷a ❸b ❹a ❺a
❻b ❼a ❽a ❾b ❿b

43
❶くる ❷いい ❸いない
❹げんきだ ❺けっこんしていない
❻あいている ❼やすみだ
❽あまりよくない ❾かえった
❿たべものだ

44

❶ b ❷ c ❸ b ❹ b ❺ a
❻ b ❼ b ❽ c

45

❶ しめる ❷ 行かない ❸ 見せない
❹ つかう ❺ あけない
❻ せつめいする ❼ きめない
❽ おきる ❾ ちゅうもんしない
❿ よやくする

46

❶ 1 2 ❷ 2 1 ❸ 1 2
❹ 1 2 ❺ 2 1 ❻ 2 1
❼ 1 2 ❽ 1 2 ❾ 2 1
❿ 1 2

47

❶ B ❷ H ❸ F ❹ D ❺ G
❻ E ❼ C

48

❶ → ❷ ← ❸ → ❹ ← ❺ ←
❻ ← ❼ → ❽ ← ❾ ← ❿ ←

49

❶ b ❷ b ❸ a ❹ a ❺ b
❻ b ❼ b

50

❶ b ❷ a ❸ b ❹ b ❺ a
❻ a ❼ b ❽ b ❾ b ❿ a
⓫ a ⓬ b ⓭ a ⓮ a ⓯ b
⓰ b ⓱ a ⓲ b ⓳ a ⓴ a

45 はやく帰ったほうがいいですよ

「〜たほうがいい」「〜ないほうがいい」

▶ **学習目的**：「〜たほうがいい」「〜ないほうがいい」を聞いて意味がわかる。
Main point　You listen and understand the meaning of "〜たほうがいい" "〜ないほうがいい".
学习目的　听「〜たほうがいい」「〜ないほうがいい」句型的录音，并理解其意义。
Mục tiêu　Nghe và nắm được ý nghĩa của cấu trúc "〜たほうがいい" và "〜ないほうがいい".

▶ **留意点**：「〜たほうがいい」「〜ないほうがいい」はアドバイスを表します。
Notes　どんなアドバイスか考えながら答えを選んでください。
注意事项
Lưu ý　These are used to give advice. Please select the answer while thinking about what sort of advice it is.

「〜たほうがいい」「〜ないほうがいい」表示提醒或忠告。请认真思考忠告内容，并选出正确答案。

Cấu trúc "〜たほうがいい" và "〜ないほうがいい" dùng khi đưa ra lời khuyên. Hãy suy nghĩ xem đó là lời khuyên thế nào và chọn câu trả lời đúng.

音声スクリプト Script ／ 录音脚本 ／ Nội dung bài nghe ▶▶▶ **p.211**

\ わくわく /

女の人はどんなアドバイスをしましたか。適当なほうを選んでください。
What was the woman's advice? Select the appropriate one. ／ 听录音，女生在进行怎样的建议？请选择正确答案。／ Nhân vật nữ đã đưa ra lời khuyên gì? Hãy chọn phương án thích hợp.

 125　例　❶ はやく ｛ 帰る / 帰らない ｝

❷ それを ｛ 買う / 買わない ｝

103

🔊 126 **練習**

❶ ドアを { しめる / しめない }

❷ 車で { 行く / 行かない }

❸ 田中さんに { 見せる / 見せない }

❹ コンピュータを { つかう / つかわない }

❺ まどを { あける / あけない }

❻ 英語で { せつめいする / せつめいしない }

❼ いま { きめる / きめない }

❽ 早く { おきる / おきない }

❾ まだ { ちゅうもんする / ちゅうもんしない }

❿ はやく { よやくする / よやくしない }

46 おきてからコーヒーを飲みました

「〜てから」「〜たあとで」「〜るまえに」

▶ **学習目的**
Main point
学习目的
Mục tiêu

：「〜てから」「〜たあとで」「〜るまえに」を使った文を聞いて、その行為の順序がわかる。

You understand the order of the two actions by listening to the sentences "〜てから" "〜たあとで" "〜るまえに".

听录音钟中的「〜てから」「〜たあとで」「〜るまえに」句子，理解其动作的先后顺序。

Nghe câu sử dụng "〜てから", "〜たあとで", "〜るまえに" và hiểu được trình tự diễn ra các hành động theo thời gian.

▶ **留意点**
Notes
注意事项
Lưu ý

：「AてからB」と「AたあとでB」は、A→Bの順序で行為をしますが、「AるまえにB」は、B→Aという順序になることに注意しましょう。

Please pay attention to the order of two actions; "A てから B" and "A たあとで B" indicate an order A → B, but "A るまえに B" indicates an order B → A.

请注意「AてからB」和「AたあとでB」的句子，都是先 A 后 B 的顺序，但是「AるまえにB」的句子则是下先 B 后 A 的顺序。

Đối với câu: "AてからB" và "AたあとでB", trình tự diễn ra hai hành động theo thời gian là: A→B, nhưng đối với câu: "AるまえにB" thì trình tự diễn ra hai hành động lại là: B→A.

音声スクリプト Script／录音脚本／Nội dung bài nghe ▶▶▶ **p.213**

順番を（　）に書いてください。

Fill in the blanks with 1 or 2 to show which action occurs first, and which second. ／请在（　）内填写先后顺序。／Hãy điền số thứ tự để biểu diễn trình tự diễn ra 2 hành động vào trong ngoặc.

  ❶

（ 1 ）　　　（ 2 ）

❷

（ 2 ）　　　（ 1 ）

 練習

❶

（　）　　　（　）

❸

（　）　　　（　）

❷

（　）　　　（　）

❹

（　）　　　（　）

❺
( )　　( )

❾
( )　　( )

❻
( )　　( )

❿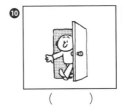
( )　　( )

❼
( )　　( )

❽
( )　　( )

47 何をしていますか

進行の「〜ている」
"〜ている" for progressive actions／表示正在进行的「〜ている」／"〜ている" biểu đạt hành động tiếp diễn

▶ **学習目的** Main point／学习目的／Mục tiêu：行為の進行の「〜ている」を使った文を勉強する。
You study the sentences using "〜ている" that express progressive actions.
学习「〜ている」句型。
Học câu có sử dụng "〜ている" để diễn đạt hành động đang diễn ra.

▶ **留意点** Notes／注意事项／Lưu ý：絵を見て、どんな行為をしているか考えながら聞いてください。
Please listen while looking at the picture and think about what the person is doing.
请想想看，图中的人正在进行怎样的行为。然后听录音。
Bạn nhìn tranh, suy nghĩ xem nhân vật đang thực hiện hành động gì, và chú ý lắng nghe.

音声スクリプト Script／录音脚本／Nội dung bài nghe ▶▶▶ p.214

わくわく

AからHのどの人ですか。選んでください。
Select the appropriate answer: A-H.／请从A－H中选择正确答案。／Người nào trong những người từ A đến H được nói đến? Hãy lựa chọn.

🔊 129 例 | A |

🔊 130 練習

❶	❷	❸	❹	❺	❻	❼

48 すずきさんがくれました

授受動詞 (2)「あげる」「もらう」「くれる」「さしあげる」「いただく」「くださる」
Giving and receiving verbs (2)／授受动词(2)／Động từ cho nhận (2)

▶ **学習目的**：授受動詞の文を聞いて、物がどちらに移動したかわかる。
Main point
学习目的
Mục tiêu

You listen to the sentences using the verbs of giving and receiving, and understand who gives or who receives.

听授受动词句子录音，理解「物」的移动方向。

Nghe câu sử dụng các động từ cho nhận, và nhận biết ai là người cho, ai là người nhận, đồ vật được nói chuyển động đến phía nào.

▶ **留意点**：授受動詞「あげる」「もらう」「くれる」に注意して聞きましょう。
Notes
注意事项
Lưu ý

Please listen carefully by paying attention to the verbs of giving and receiving; "あげる" "もらう" "くれる".

认真听授受动词「あげる」「もらう」「くれる」。

Khi nghe cần chú ý đến các động từ cho nhận: "あげる", "もらう", "くれる".

音声スクリプト Script／录音脚本／Nội dung bài nghe ▶▶▶ **p.216**

\ わくわく /

これはサリーさんと山田さんの会話です。（　）に ← か → を書いてください。

The following are several dialogues between Sally-san and Yamada-san. In each blank, draw the appropriate arrow. ／请听沙莉和山田的对话。请在（ ）中画表示方向的 ← 或 →。／ Hãy nghe đoạn hội thoại giữa cô Sally và anh Yamada và viết ← hoặc → vào trong ngoặc.

🔊 131　例　サリー　（　←　）　すずき

🔊 132　練習

❶　サリー　　（　　）　すずき

❷　山田　　（　　）　田中

❸　山田　　（　　）　サリー

❹　サリー　　（　　）　すずき

❺　山田　　（　　）　木村先生

❻　サリー　　（　　）　木村先生

❼　サリー　　（　　）　木村先生

❽　サリー　　（　　）　山田

❾　山田　　（　　）　サリー

❿　山田　　（　　）　サリー

山田さんが行ったきっさてんです

名詞修飾 (2)　Noun modification (2)／名词修饰／Bổ nghĩa cho danh từ (2)

▶ **学習目的**
Main point
学习目的
Mục tiêu

：会話の内容を説明する名詞修飾の文を聞いて、使われている動詞の形がわかる。

You listen to the sentences with the noun modification that explain the content of the conversation and understand the form of the verbs being used for modifying a noun.

录音对话是说明内容的名词修饰句，听录音，并理解动词的形式。

Nghe câu có danh từ được bổ nghĩa (phần giải thích nội dung của đoạn hội thoại nằm ở phía trước danh từ), nắm được thể của động từ được sử dụng trong câu.

▶ **留意点**
Notes
注意事项
Lưu ý

：名詞修飾で使われている動詞の形「～る」「～た」「～ている」に注意して聞いてください。

Please listen carefully to the verb forms "～る" "～た" "～ている" being used to modify nouns.

听录音，注意在名词修饰句中适应的动词形式为「～る」「～た」「～ている」。

Khi nghe cần chú ý thể của động từ đứng trước bổ nghĩa cho danh từ, đó là: "～る", "～た", "～ている".

音声スクリプト Script／录音脚本／Nội dung bài nghe ▶▶▶ **p.218**

（　　）にaかbか書いてください。

Fill in the blanks with the appropriate answers: a or b.／请在（　）中填写a, b。／Hãy viết a hoặc b vào trong ngoặc.

  例　　　　　　　　　　　　　（ a ）

練習

❶ (　　)

❷ (　　)

❸ (　　)

❹ (　　)

❺ (　　)

❻ (　　)

❼ (　　)

50 駅前でバスをおります

助詞＋動詞　Particle+Verb／助詞＋动词／Trợ từ + Động từ

▶ **学習目的**：「～が」「～を」「～に」「～で」を聞いて後に来る動詞を予測する。
Main point／学习目的／Mục tiêu
You listen and predict which verbs follow after the particles "～が" "～を" "～に" "～で".

听录音，预测「～が」「～を」「～に」「～で」的后续动词。

Nghe "～が", "～を", "～に", "～で" và dự đoán động từ phía sau.

▶ **留意点**：「～が」の後には自動詞や存在の動詞（「あります」など）、「～を」の後には他動詞や移動の動詞（「おりる」「歩く」など）が来ます。
Notes／注意事项／Lưu ý
The intransitive verbs and the verbs of existence ("あります" as an example) are used after "～が". The transitive verbs and the verbs of movement like "おりる" "あるく" are used after "～を".

「～が」的后续动词为自动词或表示存在的动词。如「あります」等。而「～を」的后续动词为他动词或表示移动的动词。如：「おりる」「あるく」等。

Sau "～が" là tự động từ hoặc động từ chỉ sự tồn tại (như động từ "あります"), sau "～を" là tha động từ hoặc động từ chỉ sự di chuyển (như động từ "おりる", "歩く").

音声スクリプト Script／录音脚本／Nội dung bài nghe ▶▶▶ **p.220**

\ わくわく /

aかbか選んでください。その後で、確かめてください。
Select the appropriate answer: a or b. Then confirm your answer.／请从 a，b 中选择正确答案。然后确认答案。／Hãy chọn a hoặc b. Sau đó hãy xác nhận.

◀)) 135　例

❶ 　a．おります。
　　b．のります。

❷ 　a．おります。
　　b．のります。

114

練習

❶ { a. のりました。 / b. 行きました。 }

❷ { a. よびました。 / b. のりました。 }

❸ { a. います。 / b. 会います。 }

❹ { a. 会いました。 / b. 見ました。 }

❺ { a. 会いました。 / b. 見ました。 }

❻ { a. そうだんしました。 / b. 行きました。 }

❼ { a. 会いました。 / b. 行きました。 }

❽ { a. テニスしました。 / b. あるきました。 }

❾ { a. あります。 / b. わたってください。 }

❿ { a. あります。 / b. わたってください。 }

⓫ { a. 見つけました。 / b. 入りました。 }

⓬ { a. かしてください。 / b. かいてください。 }

⓭ { a. かしてください。 / b. かいてください。 }

⓮ { a. よみました。 / b. ありました。 }

⓯ { a. 見つけました。 / b. もらいました。 }

⓰ { a. きれいになりました。 / b. きれいにしました。 }

⓱ { a. きえましたよ。 / b. けしましたよ。 }

⓲ { a. きえました。 / b. けしました。 }

⓳ { a. 高くなりました。 / b. 高くしました。 }

⓴ { a. 少なくなりました。 / b. 少なくしました。 }

— Memo —

音声スクリプト
おんせい
Script ／录音脚本／ Nội dung bài nghe

01 中山さんは学生です

I 正しいものを選んでください。
Select the appropriate answer. ／请选择正确答案。／ Hãy chọn câu trả lời đúng.

例 中山さんは学生です。
Nakayama-san is a student.
中山是学生。
Anh Nakayama là sinh viên.

練習

❶ 山田さんは先生です。
❷ ミカさんは留学生です。
❸ 田中さんは学生です。
❹ サリーさんは留学生です。

❶ Yamada-san is a teacher.
山田是老师。
Anh Yamada là giáo viên.
❷ Mika-san is a foreign student.
美嘉是留学生。
Cô Mika là du học sinh.
❸ Tanaka-san is a student.
田中是学生。
Cô Tanaka là sinh viên.
❹ Sally-san is a foreign student.
沙莉是留学生。
Cô Sally là du học sinh.

II 正しいものを選んでください。
Select the appropriate answer. ／请选择正确答案。／ Hãy chọn câu trả lời đúng.

例 中山さんは筑波大学の学生です。
Nakayama-san is a student at the University of Tsukuba.
中山是筑波大学的学生。
Anh Nakayama là sinh viên đại học Tsukuba.

練習

❶ 田中さんは山田先生の学生です。
❷ サリーさんは田中さんの友だちです。
❸ ミカさんは筑波大学の留学生です。
❹ 山田先生は経済の先生です。
❺ 和田先生は東京大学の先生です。

❶ Tanaka-san is a student of Professor Yamada.
田中是山田老师的学生。
Cô Tanaka là sinh viên của thầy Yamada.
❷ Sally-san is a Tanaka-san's friend.
沙莉是田中的朋友。
Cô Sally là bạn của cô Tanaka.
❸ Mika-san is a foreign student at Tsukuba University.
美嘉是筑波大学的留学生。
Cô Mika là du học sinh trường đại học Tsukuba.
❹ Professor Yamada is a Professor of Economics.
山田老师是经济老师。
Thầy Yamada là giáo viên kinh tế.
❺ Professor Wada is a Professor at Tokyo University.
和田老师是东京大学的老师。
Thầy Wada là giáo viên trường đại học Tokyo.

\ わくわく /

III 正しいものを選んでください。
Select the appropriate answer. ／请选择正确答案。／ Hãy chọn câu trả lời đúng.

例 中山さんの専門は経済です。

Nakayama-san's major is Economics.
中山的专业是经济。
Chuyên ngành của anh Nakayama là kinh tế.

練習

❶ 田中さんの先生は山田先生です。

❷ ミカさんの専門は教育です。

❸ サリーさんの国はイギリスです。

❹ 和田先生の専門は化学です。

❺ ジョンさんの先生は和田先生です。

❶ Tanaka-san's teacher is Professor Yamada.
田中的老师是山田老师。
Giáo viên của cô Tanaka là thầy Yamada.

❷ Mika-san's major is Education.
美嘉的专业是教育。
Chuyên ngành của cô Mika là giáo dục.

❸ Sally-san's country is U.K.
沙莉的祖国是英国。
Quốc gia của cô Sally là nước Anh.

❹ Professor Wada's specialty is Chemistry.
和田老师的专业是化学。
Chuyên ngành của thầyWada là hoá học.

❺ John-san's teacher is Professor Wada.
约翰的老师是和田老师。
Giáo viên của anh John là thầy Wada.

02 中山さんはせんせいじゃありません

例のように、右のことばと左のことばの関係が正しいときは〇、違うときは×をつけてください。

Draw a circle if two words matches, draw a cross if they do not as shown in the example. ／仿造例句，左右词语关系正确时，请画〇，不正确时，请画×。／ Hãy khoanh 〇 khi mối quan hệ giữa từ vựng ở bên phải và từ vựng ở bên trái được biểu đạt đúng, gạch × khi mối quan hệ này bị biểu đạt saitheo mẫu.

008 例

① 中山さんは学生です。
② 中山さんは先生じゃありません。

① Nakayama-san is a student.
中山是学生。
Anh Nakayama là sinh viên.

② Nakayama-san is not a teacher.
中山不是老师。
Anh Nakayama không phải là giáo viên.

009 練習

① 田中さんは学生です。
② ジョンさんは先生じゃありません。
③ サリーさんは留学生です。
④ ミカさんは日本人じゃありません。
⑤ 田中さんは筑波大学の学生じゃありません。
⑥ サリーさんは田中さんの友だちです。
⑦ 山田先生は経済の先生です。
⑧ ジョンさんはイギリスの留学生です。
⑨ 中山さんは山田先生の学生じゃありません。
⑩ ミカさんはイギリスの留学生じゃありません。

① Tanaka-san is a student.
田中是学生。
Cô Tanaka là sinh viên.

② Tanaka-san is not a teacher.
田中不是老师。
Cô Tanaka không phải là giáo viên.

③ Sally-san is a foreign student.
沙莉是留学生。
Cô Sally là du học sinh.

④ Mika-san is not a Japanese.
美嘉不是日本人。
Cô Mika không phải là người Nhật.

⑤ Tanaka-san is not a student at the University of Tsukuba.
田中不是筑波大学的学生。
Cô Tanaka không phải là sinh viên đại học Tsukuba.

⑥ Sally-san is a friend of Tanaka-san.
沙莉是田中的朋友。
Cô Sally là bạn của cô Tanaka.

⑦ Professor Yamada is a Professor of Economics.
山田来说是经济老师。
ThầyYamada là giáo viên kinh tế.

⑧ John-san is a foreign student from U.K.
约翰是英国的留学生。
Anh John là du học sinh người Anh.

⑨ Nakayama-san is not a student of Professor Yamada.
中山不是山田老师的学生。
Anh Nakayama không phải là sinh viên của thầy Yamada.

⑩ Mika-san is not a foreign student from U.K.
美嘉不是英国的留学生。
Cô Mika không phải là du học sinh người Anh.

\ わくわく /

Ⅱ

例のように、右のことばと左のことばの関係が正しいときは〇、違うときは×をつけてください。

Draw a circle if two words matches, draw a cross if they do not as shown in the example. ／仿造例句，左右词语关系正确时，请画〇，不正确时，请画×。／ Hãy khoanh 〇 khi mối quan hệ giữa từ vựng ở bên phải và từ vựng ở bên trái được biểu đạt đúng, gạch × khi mối quan hệ này bị biểu đạt saitheo mẫu.

🔊 010   例   ❶ 女：田中さんは学生ですか。
男：はい、学生です。

❶ 女：Is Tanaka-san a student?
男：Yes, she is a student.
女：田中是学生吗？
男：是的，是学生。
女：Cô Tanaka có phải là sinh viên không?
男：Vâng, là sinh viên.

❷ 女：田中さんは先生ですか。
男：いいえ、先生じゃありません。

❷ 女：Is Tanaka-san a teacher?
男：No, she is not a teacher.
女：田中是老师吗？
男：不，田中不是老师。
女：Cô Tanaka có phải là giáo viên không?
男：Không, không phải giáo viên.

🔊 011   練習

❶ 女：サリーさんは留学生ですか。
男：ええ、留学生です。

❶ 女：Is Sally-san a foreign student?
男：Yes, she is a foreign student.
女：沙莉是留学生吗？
男：是的，是留学生。
女：Cô Sally có phải là du học sinh không?
男：Vâng, là du học sinh.

❷ 女：ミカさんは日本人ですか。
男：いいえ、日本人じゃありません。

❷ 女：Is Mika-san Japanese?
男：No, she is not Japanese.
女：美嘉是日本人吗？
男：不，不是日本人。
女：Cô Mika có phải là người Nhật không?
男：Không, không phải là người Nhật.

❸ 女：田中さんは筑波大学の学生ですか。
男：いえ、筑波大学の学生じゃありません。

❸ 女：Is Tanaka-san a student at the University of Tsukuba?
男：No, she is not a student at the University of Tsukuba.
女：田中是筑波大学的学生吗？
男：不，不是筑波大学的学生。
女：Cô Tanaka có phải là sinh viên đại học Tsukuba không?
男：Không, không phải sinh viên đại học Tsukuba.

❹ 女：サリーさんは、田中さんの友だちですか。
男：ええ、そうです。

❹ 女：Is Sally-san a friend of Tanaka-san?
男：Yes, she is.
女：沙莉是田中的朋友吗？
男：对，是的。
女：Cô Sally có phải là bạn của cô Tanaka không?
男：Vâng, đúng vậy.

❺ 女：山田先生は化学の先生ですか。
男：いいえ、経済の先生です。

❺ 女：Is Professor Yamada a professor of Chemistry?
男：No, he is a professor of Economics.
女：山田老师是化学老师吗？
男：不是，是经济老师。
女：Thầy Yamada có phải là giáo viên môn hoá không?
男：Không, là giáo viên kinh tế.

❻ 女：ジョンさんはイギリスの留学生ですか。
　男：ええ、そうです。イギリスの留学生です。

❼ 女：中山さんは山田先生の学生ですか。
　男：いえ、ちがいます。木村先生の学生です。

❽ 女：ミカさんはイギリスの留学生ですか。
　男：いえ、イギリスじゃありません。カナダの留学生です。

❻ 女：Is John-san a foreign student from U.K.?
　男：Yes, he is. He is a foreign student from U.K.
　女：约翰是英国留学生吗？
　男：对，是英国留学生。
　女：Anh John có phải là du học sinh người Anh không?
　男：Vâng, đúng vậy. Anh ấy là du học sinh người Anh.

❼ 女：Is Nakayama-san a student of Professor Yamada?
　男：No, he is not. He is a student of Professor Kimura.
　女：中山是山田老师的学生吗？
　男：不，不是，是木村老师的学生。
　女：Anh Nakayama có phải là sinh viên của thầy Yamada không ạ?
　男：Không, không phải. Anh ấy là sinh viên của cô Kimura.

❽ 女：Is Mika-san a foreign student from U.K.?
　男：No, she is not from U.K. She is a foreign student from Canada.
　女：美嘉是英国的留学生吗？
　男：不，不是英国，是加拿大的留学生。
　女：Cô Mika có phải là du học sinh người Anh không?
　男：Không, không phải người Anh. Là du học sinh người Canada.

03 サリーさんの国もイギリスです

I （　）にひらがなを書いてください。
Fill in the blanks with the appropriate hiragana. ／请在（　）里写平假名。／Hãy điền từ Hiragana vào trong ngoặc.

🔊 012

例
① 中山さんは学生です。
② 中山さんは筑波大学の学生です。

① Nakayama-san is a student.
中山是学生。
Anh Nakayama là sinh viên.

② Nakayama-san is a student at the University at Tsukuba.
中山是筑波大学的学生。
Anh Nakayama là sinh viên đại học Tsukuba.

🔊 013

練習

① 田中さんは学生です。
② 中山さんも学生です。
③ 田中さんは千葉大学の学生です。
④ サリーさんの専門は経済です。
⑤ 田中さんの専門も経済です。
⑥ ミカさんはカナダの留学生です。
⑦ サリーさんは田中さんの友だちです。
⑧ ミカさんも田中さんの友だちです。
⑨ ジョンさんの国はイギリスです。
⑩ サリーさんの国もイギリスです。
⑪ ミカさんの専門は教育です。
⑫ ジョンさんの専門は化学です。

① Tanaka-san is a student.
田中是学生。
Cô Tanaka là sinh viên.

② Nakayama-san is also a student.
中山也是学生。
Anh Nakayama cũng là sinh viên.

③ Tanaka-san is a student at Chiba University.
田中是千叶大学的学生。
Cô Tanaka là sinh viên đại học Chiba.

④ Sally-san's major is Economics.
沙莉的专业是经济。
Chuyên ngành của cô Sally là kinh tế.

⑤ Tanaka-san's major is also Economics.
田中的专业也是经济。
Chuyên ngành của cô Tanaka cũng là kinh tế.

⑥ Mika-san is a foreign student from Canada.
美嘉是加拿大的留学生。
Cô Mika là du học sinh người Canada.

⑦ Sally-san is a friend of Tanaka-san.
沙莉是田中的朋友。
Cô Sally là bạn của cô Tanaka.

⑧ Mika-san is also a friend of Tanaka-san.
美嘉也是田中的朋友。
Cô Mika cũng là bạn của cô Tanaka.

⑨ John-san's home country is U.K.
约翰的祖国是英国。
Quốc gia của anh John là Anh Quốc.

⑩ Sally-san's home country is also U.K.
沙莉的祖国也是英国。
Quốc gia của cô Sally cũng là Anh Quốc.

⑪ Mika-san's Major is Education.
美嘉的专业是教育。
Chuyên ngành của cô Mika là giáo dục.

⑫ John-san's Major is Chemistry.
约翰的专业是化学。
Chuyên ngành của anh John là hóa học.

\わくわく/
II （　）にひらがなを書いてください。

Fill in the blanks with the appropriate hiragana.／在（　）里写平假名。／Hãy điền từ Hiragana vào trong ngoặc.

◀)) 014

例
田中さんは学生です。
中山さんも学生です。
田中さんは千葉大学の学生です。
中山さんは筑波大学の学生です。

Tanaka-san is a student.
Nakayama-san is also a student.
Tanaka-san is a student at Chiba University.
Nakayama-san is a student at the University of Tsukuba.

田中是学生，中山也是学生。
田中是千叶大学的学生，中山是筑波大学的学生。

Cô Tanaka là sinh viên. Anh Nakayama cũng là sinh viên. Cô Tanaka là sinh viên trường đại học Chiba. Anh Nakayama là sinh viên trường đại học Tsukuba.

◀)) 015

練習

❶ 田中さんの専門は経済です。
中山さんの専門も経済です。
田中さんの先生は山田先生です。
中山さんの先生は木村先生です。

❶ Tanaka-san's major is Economics.
Nakayama-san's major is also Economics.
Tanaka-san's teacher is Professor Yamada.
Nakayama-san's teacher is Professor Kimura.

田中的专业是经济。中山的专业也是经济。
田中的老师是山田老师，中山的老师是木村老师。

Chuyên ngành của cô Tanaka là kinh tế. Chuyên ngành của anh Nakayama cũng là kinh tế. Giáo viên của cô Tanaka là thầy Yamada. Giáo viên của anh Nakayama là cô Kimura.

❷ サリーさんは千葉大学の学生です。
田中さんも千葉大学の学生です。
サリーさんの専門は経済です。
田中さんの専門も経済です。

❷ Sally-san is a student at Chiba University.
Tanaka-san is also a student at Chiba University.
Sally-san's major is Economics.
Tanaka-san's major is also Economics.

沙莉是千叶大学的学生，田中也是千叶大学的学生。
沙莉的专业是经济。田中的专业也是经济。

Cô Sally là sinh viên trường đại học Chiba. Cô Tanaka cũng là sinh viên trường đại học Chiba. Chuyên ngành của cô Sally là kinh tế. Chuyên ngành của cô Tanaka cũng là kinh tế.

❸ 中山さんは筑波大学の学生です。
ミカさんも筑波大学の学生です。
中山さんの専門は経済です。
ミカさんの専門は教育です。

❸ Nakayama-san is a student at the University of Tsukuba.
Mika-san is also a student at the University of Tsukuba.
Nakayama-san's major is Economics.
Mika-san's major is Education.

中山是筑波大学的学生，美嘉也是筑波大学的学生。
中山的俄专业是经济，美嘉的专业是教育。

Anh Nakayama là sinh viên trường đại học Tsukuba. Cô Mika cũng là sinh viên trường đại học Tsukuba. Chuyên ngành của anh Nakayama là kinh tế. Chuyên ngành của cô Mika là giáo dục.

❹ ジョンさんは東京大学の学生です。
ジョンさんの専門は化学です。
和田先生の学生です。
ジョンさんは中山さんの友だちです。

❹ John-san is a student at the University of Tokyo.
John-san's major is Chemistry.
He is a student of Professor Wada.
John-san is a friend of Nakayama-san.

约翰是东京大学的学生，约翰的专业是化学。
他是和田老师的学生，是中山的朋友。

Anh John là sinh viên trường đại học Tokyo. Chuyên ngành của anh John là hóa học. Là sinh viên của thầy Wada. Anh John là bạn của anh Nakayama.

あ、そうですか

正しいものを選んでください。その後で、確かめてください。

Select the appropriate answer. Then confirm your answer. ／请选择正确答案。然后确认答案。／ Hãy chọn câu trả lời đúng. Sau đó, hãy kiểm tra lại.

例 016

❶ 女：中山さんは学生ですか。
　 男：はい、▼そうです。

❷ 女：ジョンさんは先生ですか。
　 男：いいえ、▼ちがいます。

❶ 女：Is Nakayama-san a student?
　 男：Yes, ▼ he is.
　 女：中山是学生吗？
　 男：是，▼是的。
　 女：Anh Nakayama có phải là sinh viên không?
　 男：Vâng ▼ đúng vậy.

❷ 女：Is John-san a teacher?
　 男：No, ▼ he is not.
　 女：约翰是老师吗？
　 男：不，▼不是。
　 女：Anh John có phải là giáo viên không?
　 男：Không, ▼ không phải.

練習
017

❶ 女：田中さんは学生ですか。
　 男：はい、▼そうです。

❷ 女：ジョンさんは留学生ですか。
　 男：ええ、▼そうです。

❸ 女：中山さんは先生ですか。
　 男：いいえ、▼ちがいます。

❹ 女：ミカさんは日本人ですか。
　 男：いえ、▼ちがいます。

❺ 女：ミカさんは筑波大学の学生ですか。
　 男：はい、▼そうです。

❶ 女：Is Tanaka-san a student?
　 男：Yes, ▼ she is.
　 女：田中是学生吗？
　 男：是，▼是的。
　 女：Cô Tanaka có phải là sinh viên không?
　 男：Vâng, ▼ đúng vậy.

❷ 女：Is John-san a foreign student?
　 男：Yes, ▼ he is.
　 女：约翰是留学生吗？
　 男：是，▼是的。
　 女：Anh John có phải là du học sinh không?
　 男：Vâng, ▼ đúng vậy.

❸ 女：Is Nakayama-san a teacher?
　 男：No, ▼ he is not.
　 女：中山是老师吗？
　 男：不，▼不是。
　 女：Anh Nakayama có phải là sinh viên không?
　 男：Không, ▼ không phải.

❹ 女：Is Mika-san Japanese?
　 男：No, ▼ she is not.
　 女：美嘉是日本人吗？
　 男：不，▼不是。
　 女：Cô Mika có phải là người Nhật không?
　 男：Không, ▼ không phải.

❺ 女：Is Mika-san a student at the University of Tsukuba?
　 男：Yes, ▼ she is.
　 女：美嘉是筑波大学的学生吗？
　 男：是，▼是的。
　 女：Cô Mika có phải là sinh viên trường đại học Tsukuba không?
　 男：Vâng, ▼ đúng vậy.

❻ 女：中山さんも筑波大学の学生ですか。
　男：ええ、▼そうです。

❼ 女：田中さんの専門は教育ですか。
　男：いいえ、▼ちがいます。

❽ 女：中山さんの専門は化学ですか。
　男：いえ、▼ちがいます。

❾ 女：ミカさんの専門は教育ですか。
　男：はい、▼そうです。

❿ 女：ジョンさんの専門は経済ですか。
　男：いえ、▼ちがいます。

⓫ 女：ミカさんはイギリスの留学生ですか。
　男：いいえ、▼ちがいます。

⓬ 女：ジョンさんはイギリスの留学生ですか。
　男：ええ、▼そうです。

⓭ 女：ジョンさんは田中さんの友だちですか。
　男：いえ、▼ちがいます。

⓮ 女：ミカさんは田中さんの友だちですか。
　男：ええ、▼そうです。

❻ 女：Is Nakayama-san also a student at the University of Tsukuba?
　男：Yes, ▼ he is.
　女：中山也是筑波大学的学生吗？
　男：是，▼是的。
　女：Anh Nakayama có phải cũng là sinh viên trường đại học Tsukuba không?
　男：Vâng, ▼ đúng vậy.

❼ 女：Is Tanaka-san's major Education?
　男：No, ▼ it is not.
　女：田中的专业是教育吗？
　男：不，▼不是。
　女：Chuyên ngành của cô Tanaka là giáo dục phải không?
　男：Không, ▼ không phải.

❽ 女：Is Nakayama-san's major Chemistry?
　男：No, ▼ it is not.
　女：中山的专业是化学吗？
　男：不，▼不是。
　女：Chuyên ngành của anh Nakayama là Hoá học phải không?
　男：Không, ▼ không phải.

❾ 女：Is Mika-san's major Education?
　男：Yes, ▼ it is.
　女：美嘉的专业是教育吗？
　男：是，▼是的。
　女：Chuyên ngành của cô Mika là giáo dục phải không?
　男：Vâng, ▼ đúng vậy.

❿ 女：Is John-san's major Economics?
　男：No, ▼ it is not.
　女：约翰的专业是经济吗？
　男：不，▼不是。
　女：Chuyên ngành của anh John là kinh tế phải không?
　男：Không, ▼ không phải.

⓫ 女：Is Mika-san a foreign student from U.K.?
　男：No, ▼ she is not.
　女：美嘉是英国的留学生吗？
　男：不，▼不是。
　女：Cô Mika là du học sinh người Anh phải không?
　男：Không, ▼ không phải.

⓬ 女：Is John-san a foreign student from U.K.?
　男：Yes, ▼ he is.
　女：约翰是英国的留学生吗？
　男：是，▼是的。
　女：Anh John là du học sinh người Anh phải không?
　男：Vâng, ▼ đúng vậy.

⓭ 女：Is John-san a friend of Tanaka-san?
　男：No, ▼ he is not.
　女：约翰是田中的朋友吗？
　男：不，▼不是。
　女：Anh John là bạn của cô Tanaka phải không?
　男：Không, ▼ không phải.

⓮ 女：Is Mika-san a friend of Tanaka-san?
　男：Yes, ▼ she is.
　女：美嘉是田中的朋友吗？
　男：是，▼是的。
　女：Cô Mika là bạn của cô Tanaka phải không?
　男：Vâng, ▼ đúng vậy.

\わくわく/

II 正しいものを選んでください。その後で、確かめてください。

Select the appropriate answer. Then confirm your answer. ／请选择正确答案。然后确认答案。／ Hãy chọn câu trả lời đúng. Sau đó, hãy kiểm tra lại.

🔊 018

例
男：中山さんは学生ですか。
女：はい、▼⁽¹⁾ そうです。
　　筑波大学の学生です。
男：あ、▼⁽²⁾ そうですか。
　　田中さんも筑波大学の学生ですか。
女：いえ、▼⁽³⁾ ちがいます。
　　千葉大学の学生です。
男：あ、▼⁽⁴⁾ そうですか。

男：Is Nakayama-san a student?
女：Yes, she is. She is a student at the University of Tsukuba.
男：Oh, I see. Is Tanaka-san also a student at the University of Tsukuba?
女：No, she is not. She is a student at Chiba University.
男：Oh, I see.

男：中山是学生吗？
女：是，是的。是筑波大学的学生。
男：哦，是嘛。田中也是筑波大学的学生吗？
女：不，不是。是千叶大学的学生。
男：哦，是嘛。

男：Anh Nakayama là sinh viên phải không?
女：Vâng, đúng vậy. Là sinh viên đại học Tsukuba.
男：Vậy à? Cô Tanaka cũng là sinh viên đại học Tsukuba phải không?
女：Không, không phải vậy. Là sinh viên trường đại học Chiba.
男：A, vậy à.

🔊 019 練習

❶ 男：ジョンさんは留学生ですか。
女：はい、▼⁽¹⁾ そうです。
　　イギリスの留学生です。
男：あ、▼⁽²⁾ そうですか。
　　ミカさんもイギリスの留学生ですか。
女：いえ、▼⁽³⁾ ちがいます。
　　カナダの留学生です。
男：あ、▼⁽⁴⁾ そうですか。

❶ 男：Is John-san a foreign student?
女：Yes, he is. He is a foreign student from U.K.
男：Oh, I see. Is Mika-san also a foreign student from U.K?
女：No, she is not. She is a foreign student from Canada.
男：Oh, I see.

男：约翰是留学生吗？
女：是，是英国的留学生。
男：哦，是嘛。美嘉也是英国的留学生吗？
女：不，不是。是加拿大的留学生。
男：哦，是嘛。

男：Anh John là du học sinh đúng không?
女：Vâng, đúng vậy. Là du học sinh người Anh.
男：Vậy à. Cô Mika cũng là du học sinh người Anh phải không?
女：Không, không phải. Là du học sinh Canada.
男：A, vậy à.

❷ 男：田中さんの専門は教育ですか。
女：いいえ、▼⁽¹⁾ ちがいます。経済です。
男：あ、▼⁽²⁾ そうですか。
　　中山さんの専門は教育ですか。
女：いえ、▼⁽³⁾ ちがいます。
　　中山さんの専門も経済です。
男：あ、▼⁽⁴⁾ そうですか。

❷ 男：Is Tanaka-san's major Education?
女：No, it is not. It is Economics.
男：Oh, I see. Is Nakayama-san's major Education?
女：No, it is not. Nakayama-san's major is also Economics.
男：Oh, I see.

男：田中的专业是教育吗？
女：不，不是。是经济。
男：哦，是嘛。中山的专业是教育吗？
女：不，不是。中山的专业也是经济。
男：哦，是嘛。

男：Chuyên ngành của cô Tanaka là giáo dục phải không?
女：Không, không phải. Là kinh tế.
男：A, vậy à. Chuyên ngành của anh Nakayama là giáo dục phải không?
女：Không, không phải. Chuyên ngành của anh Nakayama cũng là kinh tế.
男：A, vậy à.

❸ 男：ミカさんは筑波大学の学生ですか。
　女：はい、▼⁽¹⁾ そうです。
　　　筑波大学の学生です。
　男：あ、▼⁽²⁾ そうですか。専門は教育ですか。
　女：ええ、▼⁽³⁾ そうです。
　男：あ、▼⁽⁴⁾ そうですか。

❹ 男：ジョンさんは筑波大学の学生ですか。
　女：いえ、▼⁽¹⁾ ちがいます。
　　　東京大学の学生です。
　男：あ、▼⁽²⁾ そうですか。専門は教育ですか。
　女：いえ、▼⁽³⁾ ちがいます。化学です。
　男：あ、▼⁽⁴⁾ そうですか。

❺ 男：ミカさんは田中さんの友だちですか。
　女：はい、▼⁽¹⁾ そうです。
　男：あ、▼⁽²⁾ そうですか。
　　　ジョンさんも田中さんの友だちですか。
　女：いいえ、▼⁽³⁾ ちがいます。
　　　ジョンさんは中山さんの友だちです。
　男：あ、▼⁽⁴⁾ そうですか。

❸ 男：Is Mika-san a student at the University of Tsukuba?
　女：Yes, she is. She is a student at the University of Tsukuba.
　男：Oh, I see. Is her major Education?
　女：Yes, it is.
　男：Oh, I see.

　男：美嘉是筑波大学的学生吗？
　女：是，是的。是筑波大学的学生。
　男：哦，是嘛。专业是教育吗？
　女：是，是的。
　男：哦，是嘛。

　男：Cô Mika là sinh viên trường đại học Tsukuba phải không?
　女：Vâng, đúng vậy. Là sinh viên trường đại học Tsukuba.
　男：A, vậy à. Chuyên ngành là giáo dục phải không?
　女：Vâng, đúng vậy.
　男：A, vậy à.

❹ 男：Is John-san a student at the University of Tsukuba?
　女：No, he is not. He is a student at the University of Tokyo.
　男：Oh, I see. Is his major Education?
　女：No, it is not. It is Chemistry.
　男：Oh, I see.

　男：约翰是筑波大学的学生吗？
　女：不，不是。是东京大学的学生。
　男：哦，是嘛。专业是教育吗？
　女：不，不是。是化学。
　男：哦，是嘛。

　男：Anh John là sinh viên trường đại học Tsukuba phải không?
　女：Không, không phải. Là sinh viên trường đại học Tokyo.
　男：A, vậy à. Chuyên ngành là giáo dục phải không?
　女：Không, không phải. Là hóa học.
　男：A, vậy à.

❺ 男：Is Mika-san a friend of Tanaka-san?
　女：Yes, she is.
　男：Oh, I see. Is John-san also a friend of Tanaka-san?
　女：No, he is not. John-san is a friend of Nakayama-san.
　男：Oh, I see.

　男：美嘉是田中的朋友吗？
　女：是，是的。
　男：哦，是嘛。约翰也是田中的朋友吗？
　女：不，不是。约翰是中山的朋友。
　男：哦，是嘛。

　男：Cô Mika là bạn của cô Tanaka phải không?
　女：Vâng, đúng vậy.
　男：A, vậy à. Anh John cũng là bạn của cô Tanaka phải không?
　女：Không, không phải. Anh John là bạn của anh Nakayama.
　男：A, vậy à.

05 25、205、250

\ わくわく /

正しい数字を選んでください。
Select the appropriate number. ／请选择正确数字。／ Hãy chọn số chính xác.

例 ❶ 25（にじゅうご）

❷ 250（にひゃくごじゅう）

練習

a. 18（じゅうはち）
b. 81（はちじゅういち）
c. 56（ごじゅうろく）
d. 65（ろくじゅうご）
e. 605（ろっぴゃくご）
f. 69（ろくじゅうきゅう）
g. 96（きゅうじゅうろく）
h. 906（きゅうひゃくろく）
i. 48（よんじゅうはち）
j. 418（よんひゃくじゅうはち）
k. 408（よんひゃくはち）
l. 110（ひゃくじゅう）
m. 111（ひゃくじゅういち）
n. 350（さんびゃくごじゅう）
o. 305（さんびゃくご）
p. 3035（さんぜんさんじゅうご）

q. 801（はっぴゃくいち）
r. 810（はっぴゃくじゅう）
s. 811（はっぴゃくじゅういち）
t. 1600（せんろっぴゃく）
u. 1160（せんひゃくろくじゅう）
v. 16100（いちまんろくせんひゃく）
w. 267（にひゃくろくじゅうなな）
x. 2607（にせんろっぴゃくなな）
y. 7850（ななせんはっぴゃくごじゅう）
z. 78500（ななまんはっせんごひゃく）

06 100円です

わくわく

いくらですか。ねだんを書いてください。
How much is it? Write the price of each item in the blank. ／多少钱？请写出价钱。／Giá là bao nhiêu? Hãy viết giá.

🔊 022

例

❶ 男：いくら？
　女：25円です。

❷ 男：いくらですか。
　女：100円です。

❶ 男：How much is it?
　女：It is 25 yen.
　男：多少钱？
　女：25日元。
　男：Giá bao nhiêu?
　女：25 Yên.

❷ 男：How much is it?
　女：It is 100 yen.
　男：多少钱？
　女：100日元。
　男：Giá bao nhiêu?
　女：100 Yên.

🔊 023

練習

❶ 男：いくら？
　女：50円です。

❷ 男：ええと、いくらですか。
　女：85円です。

❸ 男：これ、いくら？
　女：ええと、200円です。

❹ 男：いくらですか。
　女：890　円です。

❺ 男：あれは、いくらですか。
　女：あれは、1,980　円です。

❶ 男：How much is it?
　女：It is 50 yen.
　男：多少钱？
　女：50日元。
　男：Giá bao nhiêu?
　女：50 Yên.

❷ 男：Er..., how much is it?
　女：It is 85 yen.
　男：唔，多少钱？
　女：85日元。
　男：Giá bao nhiêu?
　女：85 Yên.

❸ 男：How much is this?
　女：Well, it's 200 yen.
　男：这个，多少钱？
　女：嗯，200日元。
　男：Cái này, giá bao nhiêu?
　女：200 Yên.

❹ 男：How much is it?
　女：It is 890 yen.
　男：多少钱？
　女：890日元。
　男：Giá bao nhiêu?
　女：890 Yên.

❺ 男：How much is that?
　女：That is 1,980 yen.
　男：那个，多少钱？
　女：那个，1,980日元。
　男：Cái kia giá bao nhiêu?
　女：Cái đó giá 1,980 Yên.

❻ 男：これ、いくらですか。
　 女：あ、これ、605円です。
　　　　　　　ろっぴゃくごえん

❼ 男：いくら？
　 女：138円です。
　　　　ひゃくさんじゅうはちえん

❽ 男：いくらですか。
　 女：ええと、2,390円です。
　　　　　　　にせんさんびゃくきゅうじゅうえん

❾ 男：おいくら？
　 女：ええと、4,560円でございます。
　　　　　　　よんせんごひゃくろくじゅうえん

❿ 男：いくらですか。
　 女：ぜんぶで、9,180円になります。
　　　　　　　きゅうせんひゃくはちじゅうえん

⓫ 男：いくらでしょうか。
　 女：ええと、13,000円です。
　　　　　　　いちまんさんぜんえん

⓬ 男：おいくらですか。
　 女：はい、ぜんぶで、5,015円になります。
　　　　　　　　　　　ごせんじゅうごえん

⓭ 男：いくらですか。
　 女：ぜんぶで、48,300円になります。
　　　　　　　よんまんはっせんさんびゃくえん

⓮ 男：いくらでしょうか。
　 女：15,980円です。
　　　　いちまんごせんきゅうひゃくはちじゅうえん

⓯ 男：いくらですか。
　 女：ええと、ぜんぶで、67,300円です。
　　　　　　　　　　　ろくまんななせんさんびゃくえん

❻ 男：How much is this?
　 女：Well, this is 605 yen.
　 男：这个，多少钱？
　 女：啊，这个，605 日元。
　 男：Cái này, giá bao nhiêu?
　 女：À, cái này 605 Yên.

❼ 男：How much is it?
　 女：It's 138 yen.
　 男：多少钱？
　 女：138 日元。
　 男：Giá bao nhiêu?
　 女：138 Yên.

❽ 男：How much is it?
　 女：Well, it is 2,390 yen.
　 男：多少钱？
　 女：嗯，2390 日元。
　 男：Giá bao nhiêu?
　 女：À, ừm, 2,390 Yên.

❾ 男：How much is it?
　 女：Well, it would be 4,560 yen.
　 男：多少钱？
　 女：嗯，4560 日元。
　 男：Giá bao nhiêu vậy?
　 女：À, ừm, 4,560 Yên.

❿ 男：How much is it?
　 女：It comes to 9,180 yen all together.
　 男：多少钱？
　 女：一共 9180 日元。
　 男：Giá bao nhiêu vậy?
　 女：Tất cả là 9,180 Yên.

⓫ 男：How much would it be?
　 女：Well, it is 13,000 yen.
　 男：多少钱呢？
　 女：一共 13000 日元。
　 男：Giá bao nhiêu vậy？
　 女：À, ừm, 13,000 Yên ạ.

⓬ 男：How much would it be?
　 女：Okay, it comes to 5,015 yen all together.
　 男：多少钱？
　 女：一共 5015 日元。
　 男：Giá bao nhiêu vậy？
　 女：Vâng, tất cả là 5,015 Yên.

⓭ 男：How much is it?
　 女：It comes to 48,300 yen all together.
　 男：多少钱？
　 女：一共 48300 日元。
　 男：Giá bao nhiêu vậy？
　 女：Tất cả là 48,300 Yên ạ.

⓮ 男：How much would it be?
　 女：It is 15,980 yen.
　 男：多少钱？
　 女：1598 日元。
　 男：Giá bao nhiêu vậy？
　 女：15,980 Yên.

⓯ 男：How much is it?
　 女：Well, it is 67,300 yen all together.
　 男：多少钱？
　 女：嗯，一共是 67300 日元。
　 男：Giá bao nhiêu vậy？
　 女：À, ừm, tất cả là 67,300 Yên.

07 だれといきますか

\ わくわく /

適当な答えを選んでください。
Select the appropriate answer. ／请选择正确答案。／ Hãy chọn câu trả lời thích hợp.

🔊 024 　例
❶ 女：アメリカへ行きます。
　　男：だれと？

❷ 女：アメリカへ行きます。
　　男：アメリカのどこ？

❶ 女：I am going to the U.S.
　　男：Who are you going with?
　　女：我要去美国。
　　男：和谁去？
　　女：Tôi sẽ đi Mỹ.
　　男：Cùng với ai thế?

❷ 女：I am going to the U.S.
　　男：Where in the U.S. are you going?
　　女：我要去美国。
　　男：去美国的哪儿啊？
　　女：Tôi sẽ đi Mỹ.
　　男：Nơi nào của nước Mỹ thế?

🔊 025 　練習

❶ 1　女：本を買いましたよ。
　　　男：何の本？

　　2　女：本を買いましたよ。
　　　男：ふうん、どこで？

　　3　女：本を買いましたよ。
　　　男：それ、いくら？

❷ 1　女：テレビを見ました。
　　　男：何を見ましたか。

　　2　女：テレビを見ました。
　　　男：だれと？

　　3　女：テレビを見ました。
　　　男：どこで？

❶ 1　女：I bought a book.
　　　男：What book did you buy?
　　2　女：I bought a book.
　　　男：Oh, where did you buy it?
　　3　女：I bought a book.
　　　男：How much was it?

　　1　女：我买书了。
　　　男：什么书？
　　2　女：我买书了。
　　　男：哦，在哪儿买的？
　　3　女：我买书了。
　　　男：那本书多少钱？

　　1　女：Tôi đã mua sách đấy.
　　　男：Sách gì thế?
　　2　女：Tôi đã mua sách đấy.
　　　男：Ồ, mua ở đâu thế?
　　3　女：Tôi đã mua sách đấy.
　　　男：Quyển đó bao nhiêu tiền?

❷ 1　女：I watched a TV program.
　　　男：What did you watch?
　　2　女：I watched a TV program.
　　　男：Who did you watch it with?
　　3　女：I watched a TV program.
　　　男：Where did you watch it?

　　1　女：我看电视了。
　　　男：看什么节目？
　　2　女：我看电视了。
　　　男：和谁一起看的？
　　3　女：我看电视了。
　　　男：在哪儿看的？

　　1　女：Tôi đã xem TV.
　　　男：Xem gì thế?
　　2　女：Tôi đã xem TV.
　　　男：Xem cùng ai thế?
　　3　女：Tôi đã xem TV.
　　　男：Xem ở đâu thế?

❸ 1 女：切手を買いました。
　　男：いくらの切手？

2 女：切手を買いました。
　男：何枚？

3 女：切手を買いました。
　男：どこで？

❹ 1 女：毎日、勉強します。
　　男：何を？

2 女：毎日、勉強します。
　男：どこで？

3 女：毎日、勉強します。
　男：だれと？

❸ 1 女：I bought postage stamps.
　　男：How much was one stamp?
2 女：I bought postage stamps.
　男：How many stamps did you buy?
3 女：I bought postage stamps.
　男：Where did you buy them?

1 女：我买了邮票。
　男：多少钱的？
2 女：我买了邮票。
　男：买几张？
3 女：我买了邮票。
　男：在哪儿买的？

1 女：Tôi đã mua tem thư.
　男：Tem mệnh giá bao nhiêu thế?
2 女：Tôi đã mua tem thư.
　男：Mua mấy cái thế?
3 女：Tôi đã mua tem thư.
　男：Mua ở đâu vậy?

❹ 1 女：I study everyday.
　　男：What do you study?
2 女：I study everyday.
　男：Where do you study?
3 女：I study everyday.
　男：Who do you study with?

1 女：我每天学习。
　男：学什么？
2 女：我每天学习。
　男：在哪儿学？
3 女：我每天学习。
　男：和谁一起学？

1 女：Tôi học hàng ngày.
　男：Học gì thế?
2 女：Tôi học hàng ngày.
　男：Học ở đâu thế?
3 女：Tôi học hàng ngày.
　男：Học cùng ai vậy?

08 きのう、よみました

I 適当な絵を選んでください。同じ絵を何度選んでもいいです。

Select the appropriate picture. The same picture may be used more than once. ／请选择正确答案图画。答案图画可重复选择。／ Hãy chọn bức tranh phù hợp. Có thể chọn cùng 1 bức tranh nhiều lần.

例 (026)

❶ 田中さんは見ます。
❷ あした、うちへ帰ります。
❸ きのう、行きました。

❶ Tanaka-san looks at it.
田中看。
Cô Tanaka xem.

❷ I am going home tomorrow.
明天回家。
Ngày mai, tôi về nhà.

❸ I went yesterday.
昨天去了。
Hôm qua, tôi đã đi.

練習 (027)

❶ 中山さんも見ます。
❷ あした、大学へ来ます。
❸ 東京へ行きました。
❹ 毎日、読みます。
❺ これを買います。
❻ きのう書きました。
❼ うちへ帰ります。
❽ きのうも聞きました。
❾ あした、手紙を出します。
❿ 毎日、勉強します。

❶ Nakayama-san also looks at it.
中山也看。
Anh Nakayama cũng xem.

❷ I am coming to the university tomorrow.
明天来大学。
Ngày mai tôi sẽ tới trường đại học.

❸ I went to Tokyo.
去东京了。
Tôi đã đi Tokyo.

❹ I read it everyday.
每天读。
Hàng ngày, tôi đọc.

❺ I am going to buy this.
买这个。
Tôi sẽ mua cái này.

❻ I wrote it yesterday.
昨天写了。
Hôm qua tôi đã viết.

❼ I am going back home.
回家。
Tôi sẽ về nhà.

❽ I listened to it yesterday too.
昨天听了。
Hôm qua tôi cũng đã nghe.

❾ I am going to mail a letter tomorrow.
明天寄信。
Ngày mai, tôi sẽ gửi thư.

❿ I study everyday.
每天学习。
Hàng ngày, tôi học.

\ わくわく /

II 適当な絵を選んでください。同じ絵を何度選んでもいいです。
Select the appropriate picture. The same picture may be used more than once. ／请选择正确答案图画。答案图画可重复选择。／ Hãy chọn bức tranh phù hợp. Có thể chọn cùng 1 bức tranh nhiều lần.

028 　例　男：きのう、来ましたか。
　　　　女：いいえ、来ませんでした。

男：Did you come yesterday?
女：No, I did not.
男：昨天来了吗？
女：没来。
男：Hôm qua cậu có tới không?
女：Không, mình đã không tới.

🔊 029　練習

❶ 男：うちへ帰りますか。
　女：いいえ、帰りません。

❷ 男：中山さんも見ますか。
　女：ええ、見ます。

❸ 男：あした、大学へ来ますか。
　女：ええ、来ます。

❹ 男：きのう、東京へ行きましたか。
　女：はい、行きました。

❺ 男：毎日、読みますか。
　女：ええ、読みます。

❻ 男：手紙を出しましたか。
　女：はい、出しました。

❼ 男：これ、買いますか。
　女：ええ、買います。

❶ 男：Are you going back home?
　女：No, I am not.
　男：回家吗？
　女：不回。
　男：Cô về nhà à?
　女：Không, tôi không về.

❷ 男：Does Nakayama-san also see it?
　女：Yes, he does.
　男：中山也看吗？
　女：也看。
　男：Anh Nakayama cũng xem phải không?
　女：Vâng, anh ấy cũng xem.

❸ 男：Are you coming to the university tomorrow?
　女：Yes, I am.
　男：明天来大学吗？
　女：嗯，来。
　男：Ngày mai, cô có tới trường đại học không?
　女：Vâng, tôi có.

❹ 男：Did you go to Tokyo yesterday?
　女：Yes, I did.
　男：昨天去东京了吗？
　女：是的，去了。
　男：Hôm qua, cô đã đi Tokyo phải không?
　女：Vâng, tôi đã đi.

❺ 男：Do you read it everyday?
　女：Yes, I do.
　男：每天读吗？
　女：是的，每天读。
　男：Hàng ngày, cô đọc phải không?
　女：Vâng, tôi đọc.

❻ 男：Did you mail the letter?
　女：Yes, I did.
　男：信寄出了吗？
　女：嗯，寄出了。
　男：Cô đã gửi bức thư rồi phải không?
　女：Vâng, tôi đã gửi rồi.

❼ 男：Are you going to buy this?
　女：Yes, I am.
　男：这个，买吗？
　女：嗯，买。
　男：Cô có mua cái này không?
　女：Có, tôi sẽ mua.

❽ 男：きのう、勉強しましたか。
   女：いいえ、勉強しませんでした。

❾ 男：田中さんも書きますか。
   女：いいえ、書きません。

❿ 男：中山さんは聞きましたか。
   女：ええ、聞きました。

⓫ 男：あしたも行きますか。
   女：ええ、行きます。

⓬ 女：きのう、来ましたか。
   男：いいえ、来ませんでした。

⓭ 女：きのう、書きましたか。
   男：ええ、書きました。

⓮ 女：田中さんも買いますか。
   男：いいえ、買いません。

⓯ 女：きのう、読みましたか。
   男：いいえ、読みませんでした。

⓰ 女：毎日、見ますか。
   男：いいえ、見ません。

⓱ 女：毎日、手紙を出しますか。
   男：いいえ、出しません。

❽ 男：Did you study yesterday?
   女：No, I didn't.
   男：昨天学习了吗？
   女：没有。没学。
   男：Hôm qua, cô có học không?
   女：Không, tôi không học.

❾ 男：Tanaka-san, are you also going to write it?
   女：No, I am not.
   男：田中也写吗？
   女：不，不写。
   男：Cô Tanaka cũng viết chứ?
   女：Không, tôi không viết.

❿ 男：Did Nakayama-san listen to it?
   女：Yes, he did.
   男：中山也听了吗？
   女：对，也听了。
   男：Anh Nakayama đã nghe rồi chứ?
   女：Vâng, anh ấy đã nghe rồi.

⓫ 男：Are you going to go tomorrow too?
   女：Yes, I am.
   男：明天也去吗？
   女：对，也去。
   男：Ngày mai cô cũng sẽ đi chứ?
   女：Vâng, tôi cũng đi.

⓬ 女：Did you come yesterday?
   男：No, I didn't.
   女：昨天来了吗？
   男：没有。昨天没来。
   女：Hôm qua, anh đã tới phải không?
   男：Không, tôi đã không tới.

⓭ 女：Did you write it yesterday?
   男：Yes, I did.
   女：昨天写了吗？
   男：嗯，写了。
   女：Hôm qua, anh đã viết rồi phải không?
   男：Vâng, tôi viết rồi.

⓮ 女：Is Tanaka-san also going to buy it?
   男：No, she isn't.
   女：田中也买吗？
   男：不，不买。
   女：Cô Tanaka cũng sẽ mua phải không?
   男：Không, cô ấy không mua.

⓯ 女：Did you read it yesterday?
   男：No, I did not.
   女：昨天读了吗？
   男：没有。昨天没读。
   女：Hôm qua, anh đã đọc rồi chứ?
   男：Không, tôi đã không đọc.

⓰ 女：Do you watch it everyday?
   男：No, I do not.
   女：每天看吗？
   男：不，不每天看。
   女：Anh xem hàng ngày phải không?
   男：Không, tôi không xem.

⓱ 女：Do you mail a letter everyday?
   男：No, I do not.
   女：每天寄信吗？
   男：不每天寄。
   女：Hàng ngày anh gửi thư à?
   男：Không, tôi không gửi.

⓲ 女：きのう、聞きましたか。
男：いいえ、聞きませんでした。

⓳ 女：中山さんも帰りますか。
男：ええ、帰ります。

⓴ 女：毎日、勉強しますか。
男：ええ、勉強します。

⓲ 女：Did you listen to it yesterday?
男：No, I did not.
女：昨天听了吗？
男：没有。昨天没听。
女：Hôm qua, anh đã nghe phải không?
男：Không, tôi không nghe.

⓳ 女：Nakayama-san, are you also going home?
男：Yes, I am.
女：中山也回家吗？
男：对，也回家。
女：Anh Nakayama cũng về phải không?
男：Vâng, cũng về.

⓴ 女：Do you study everyday?
男：Yes, I do.
女：每天学习吗？
男：对，每天学习。
女：Anh Nakayama cũng về phải không?
男：Vâng, tôi cũng về.

09 四人です
よにん

\ わくわく /

適当な絵を選んでください。
てきとう え えら
Select the appropriate picture. ／请选择正确答案图画。／ Hãy chọn bức tranh phù hợp. Có thể chọn cùng 1 bức tranh nhiều lần.

🔊 030　例

❶ すいません。4人なんですけど。
　　　　　　 よにん

❷ 5つお願いします。
　 いつ　ねが

❶ Excuse me. We are a group of four.
　对不起，我们是4个人
　Xin lỗi, chúng tôi có 4 người...

❷ I would like to take five, please.
　请给我来5个
　Cho tôi 5 cái ạ.

🔊 031　練習

❶ 男：何名様ですか。
　おとこ なんめいさま
　女：5人です。
　おんな ごにん
　男：はい、5名様ですね。
　おとこ　　 ごめいさま

❷ 男：いくつ？
　おとこ
　女：2つ。
　おんな ふた
　男：2つ？
　おとこ ふた
　女：そう。2つ。
　おんな　　 ふた

❸ 女：3つですね。
　おんな みっ
　男：いいえ、違います。6つです。
　おとこ　　　ちが　　　 むっ
　女：すいません。6つですね。
　おんな　　　　　 むっ
　男：はい。
　おとこ

❹ 男：何枚ですか。
　おとこ なんまい
　女：10枚です。
　おんな じゅうまい

❶ 男：How many people are in your group?
　女：Five.
　男：Okay, (table for) five, right?
　男：你们几位？
　女：5位。
　男：好，5位，对吧？
　男：Quý khách có bao nhiêu người ạ?
　女：5 người.
　男：Vâng, quý khách có 5 người phải không ạ?

❷ 男：How many?
　女：Two.
　男：Two?
　女：Yes, two.
　男：几个？
　女：2个。
　男：2个？
　女：对，2个。
　男：Mấy cái?
　女：2 cái.
　男：2 cái á?
　女：Đúng vậy, 2 cái.

❸ 女：(You want) three, right?
　男：No, (I want) six.
　女：Sorry. Six, right?
　男：Yes.
　女：是3个吧。
　男：不，错了，是6个。
　女：哦，对不起，是6个，对吧？
　男：对。
　女：3 cái anh nhỉ?
　男：Không, không phải. Là 6 cái.
　女：Xin lỗi. Là 6 cái anh nhỉ?
　男：Vâng.

❹ 男：How many stamps?
　女：Ten.
　男：几张？
　女：10张。
　男：Có bao nhiêu cái/tờ/tấm vậy?
　女：Có 10 cái/tờ/tấm.

❺ 女：何人ですか。
　男：1人。
　女：え、1人ですか。
　男：そう、1人です。

❻ 男：何人ですか。
　女：7人です。
　男：7人ですね。
　女：はい、そうです。

❼ 男：いくつですか。
　女：4つです。
　男：8つですか。
　女：いいえ、4つです。

❽ 男：これ、9つお願いします。
　女：はい、9つですね。

❾ 男：何枚ですか。
　女：7枚です。

❿ 女：すいません。これ、8つ。
　男：はい、8つ。どうぞ。

⓫ 男：いくつ食べましたか。
　女：3つ食べました。

⓬ 女：いくつ食べましたか。
　男：1つですよ。

❺ 女：How many people?
　男：One.
　女：Oh, one?
　男：Yes, one.
　女：您几位？
　男：1位。
　女：诶，1位？
　男：对，1位。
　女：Có bao nhiêu người ạ?
　男：1 người.
　女：Ô, 1 người ạ?
　男：Vâng, là 1 người.

❻ 男：How many people?
　女：Seven.
　男：Seven, right?
　女：Yes, that's right.
　男：您几位？
　女：7位。
　男：7位，对吧？
　女：对。
　男：Có bao nhiêu người ạ?
　女：7 người.
　男：7 người chị nhỉ?
　女：Vâng, đúng rồi.

❼ 男：How many (would you like to have)?
　女：(I want) four.
　男：Eight?
　女：No, four.
　男：几个？
　女：4 个。
　男：8 个，对吗？
　女：不，是 4 个。
　男：Có bao nhiêu cái?
　女：4 cái.
　男：8 cái à?
　女：Không, 4 cái.

❽ 男：I would like to take nine of these, please.
　女：Certainly. Nine, right?
　男：这个，给我来 9 个。
　女：好。9 个。对吧？
　男：Cho tôi 9 cái này ạ.
　女：Vâng, 9 cái anh nhỉ.

❾ 男：How many sheets?
　女：Seven.
　男：几张？
　女：7 张。
　男：Có bao nhiêu cái/tờ/tấm thế?
　女：Có 7 cái/tờ/tấm.

❿ 女：Excuse me. Eight of them, please.
　男：Okay, eight. Here you are.
　女：对不起，这个，请给我来 8 个。
　男：好，8 个来了。请。
　女：Xin lỗi, cho tôi 8 cái này.
　男：Vâng, 8 cái. Của cô đây.

⓫ 男：How many did you eat?
　女：I ate three.
　男：吃了几个？
　女：吃了 3 个。
　男：Cô đã ăn mấy cái?
　女：Tôi đã ăn 3 cái.

⓬ 女：How many did you eat?
　男：I ate one.
　女：你吃了几个？
　男：就吃了 1 个。
　女：Anh đã ăn mấy cái/quả thế?
　男：Tôi đã ăn 1 cái/quả đấy.

⓭ 女：1人ですか。
　　男：いいえ、2人です。

⓭ 女：Are you alone?
　　男：No, we are two of us.
　　女：1位，对吗？
　　男：不，是2位。
　　女：1 người à?
　　男：Không, là 2 người.

10 友だちにとけいをあげました

\ わくわく /

（　）に ← か → を書いてください。

In each blank, draw the appropriate arrow. ／请在（　）中画表示方向的 ← 或 →。／Hãy viết ← hoặc → vào trong ngoặc theo mẫu.

🔊 032

例
❶ 山田さんはサリーさんに時計をもらいました。
❷ 友だちに時計をあげました。

❶ Yamada-san received a watch from Sally-san.
山田从沙莉那里得到了手表
Anh Yamada đã nhận từ cô Sally cái đồng hồ.

❷ I gave a watch to my friend.
我把手表给朋友了
Tôi đã tặng cho bạn cái đồng hồ.

🔊 033

練習

❶ サリーさんにプレゼントをあげました。

❷ サリーさんは友だちに手紙をもらいました。

❸ 山田さんは友だちに切手をあげました。

❹ サリーさんに本をもらいました。

❺ 山田さんは友だちにノートを借りました。

❻ 山田さんはサリーさんに辞書を貸しました。

❼ アリさんは友だちにお金を借りました。

❽ サリーさんにお金を借りました。

❾ アリさんにラジオを貸しました。

❿ 先生は学生に日本語を教えます。

⓫ 和田先生は学生にスペイン語を習います。

❶ I gave Sally-san a present.
我给沙莉礼物了。
Tôi đã tặng quà cô Sally.

❷ Sally-san received a letter from her friend.
沙莉从朋友那里得到礼物了。
Cô Sally đã nhận lá thư từ người bạn.

❸ Yamada-san gave stamps to his friend.
山田给朋友邮票了。
Anh Yamada đã cho bạn tem thư.

❹ I received a book from Sally-san.
沙莉给我书了。
Tôi đã nhận quyển sách từ cô Sally.

❺ Yamada-san borrowed a notebook from his friend.
山田向朋友借笔记本。
Anh Yamada đã mượn bạn vở ghi chép.

❻ Yamada-san lent his dictionary to Sally-san.
山田把辞典借给沙莉了。
Anh Yamada đã cho cô Sally mượn từ điển.

❼ Ali-san borrowed some money from his friend.
阿里向朋友借钱。
Anh Ali đã vay tiền từ bạn anh ấy.

❽ I borrowed some money from Sally-san.
向沙莉借钱。
Tôi đã vay tiền (từ) cô Sally.

❾ I lent a radio to Ali-san.
把收音机借给阿里了。
Tôi đã cho anh Ali mượn đài.

❿ The teacher teaches Japanese to students.
老师教给学生日语。
Giáo viên dạy sinh viên tiếng Nhật.

⓫ Professor Wada learns Spanish from his student.
和田老师跟学生学习西班牙语。
Thầy Wada học tiếng Tây Ban Nha từ sinh viên.

⑫ サリーさんは山田さんにひらがなを習いました。
⑬ 山田さんはサリーさんに漢字を教えました。
⑭ サリーさんにコンピューターを習いました。
⑮ サリーさんは友だちに手紙を出します。
⑯ サリーさんに手紙を出しました。
⑰ サリーさんに手紙をもらいました。
⑱ サリーさんに手紙を書きました。
⑲ アリさんは先生に手紙を書きました。
⑳ サリーさんとアリさんに手紙をもらいました。

⑫ Sally-san learned hiragana from Yamada-san.
沙莉跟山田学习平假名。
Cô Sally đã học Hiragana từ anh Yamada.
⑬ Yamada-san taught kanji to Sally-san.
山田教给沙莉汉字。
Anh Yamada đã dạy cô Sally chữ Hán.
⑭ I learned how to use a computer from Sally-san.
向沙莉学习计算机。
Tôi đã học vi tính từ cô Sally.
⑮ Sally-san mails a letter to her friend.
沙莉寄信给朋友。
Cô Sally gửi thư cho bạn.
⑯ I mailed a letter to Sally-san.
给沙莉寄信。
Tôi đã gửi thư cho cô Sally.
⑰ I received a letter from Sally-san.
沙莉来信了。
Tôi đã nhận thư từ cô Sally.
⑱ I wrote a letter to Sally-san.
给沙莉写信了。
Tôi đã viết thư cho cô Sally.
⑲ Ali-san wrote a letter to his teacher.
阿里给老师写信了。
Anh Ali đã viết thư cho giáo viên.
⑳ I received a letter from Sally-san and Ali-san.
沙莉和阿里来信了。
Tôi đã nhận thư từ cô Sally và anh Ali.

11 田中さんはきってを買いました

\ わくわく /

aかbか選んでください。その後で、確かめてください。

Select the appropriate answer: a or b. Then confirm your answer. ／请从 a，b 中选择正确答案。然后确认答案。／ Hãy chọn phương án a hoặc b. Sau đó, hãy kiểm tra lại.

🔊 034 例

❶ 田中さんは切手を▼
田中さんは切手を買いました。

❷ 中山さんは東京へ▼
中山さんは東京へ行きました。

❶ Tanaka-san bought stamps.
田中买邮票了。
Cô Tanaka đã mua tem thư.

❷ Nakayama-san went to Tokyo.
中山去东京了。
Anh Nakayama đã đi Tokyo.

🔊 035 練習

❶ サリーさんは国へ▼
サリーさんは国へ帰りました。

❷ サリーさんは国で▼
サリーさんは国で勉強しました。

❸ 田中さんはうちへ▼
田中さんはうちへ帰りました。

❹ 田中さんはえんぴつを▼
田中さんはえんぴつをもらいました。

❺ 中山さんは新聞を▼
中山さんは新聞を読みました。

❻ 田中さんは銀行へ▼
田中さんは銀行へ行きました。

❼ 中山さんはテレビを▼
中山さんはテレビを見ました。

❽ 田中さんは大学へ▼
田中さんは大学へ来ました。

❶ Sally-san returned to her country.
沙莉回国了。
Cô Sally đã về nước.

❷ Sally-san studied in her country.
沙莉在国内学习了。
Cô Sally đã học ở trong nước.

❸ Tanaka-san went home.
田中回家了。
Cô Tanaka đã về nhà.

❹ Tanaka-san received a pencil.
田中得到了铅笔。
Cô Tanaka đã nhận được cái bút chì.

❺ Nakayama-san read a newspaper.
中山看报了。
Anh Nakayama đã đọc báo.

❻ Tanaka-san went to a bank.
田中去银行了。
Cô Tanaka đã đi tới ngân hàng.

❼ Nakayama-san watched TV.
中山看电视了。
Anh Nakayama đã xem TV.

❽ Tanaka-san came to the university.
田中来大学了。
Cô Tanaka đã đến trường đại học.

❾ サリーさんはすしを▼
　サリーさんはすしを食べました。

❿ 田中さんは本屋へ▼
　田中さんは本屋へ行きました。

⓫ 山田さんに日本語を▼
　山田さんに日本語を習いました。

⓬ 中山さんははがきを▼
　中山さんははがきを出しました。

⓭ 手紙は図書館で▼
　手紙は図書館で書きました。

⓮ 辞書は田中さんに▼
　辞書は田中さん貸しました。

⓯ ボールペンは銀行で▼
　ボールペンは銀行でもらいました。

⓰ サリーさんに漢字を▼
　サリーさんに漢字を教えました。

❾ Sally-san ate sushi.
沙莉吃寿司了。
Cô Sally đã ăn sushi.

❿ Tanaka-san went to a book store.
田中去书店了。
Cô Tanaka đã đi tới hiệu sách.

⓫ I learned Japanese from Yamada-san.
跟山田学日语了。
Tôi đã học tiếng Nhật từ anh Yamada.

⓬ Nakayama-san sent a postcard.
中山寄明信片了。
Anh Nakayama đã gửi bưu thiếp.

⓭ As for the letter, I wrote it in the library.
在图书馆写信了。
Bức thư thì tôi đã viết tại thư viện.

⓮ As for the dictionary, I lent it to Tanaka-san.
字典借给田中了。
Từ điển thì tôi đã cho cô Tanaka mượn.

⓯ As for the ballpoint pen, I got it at a bank.
圆珠笔在银行得到的。
Bút bi thì tôi nhận được ở ngân hàng.

⓰ I taught Sally-san kanji.
教给沙莉汉字了。
Tôi đã dạy chữ Hán cho cô Sally.

12 電話があります
でんわ

\ わくわく / I

正しいほうを選んでください。その後で、確かめてください。
ただ　　　　　えら　　　　　　　　　　あと　　　たし

Select the appropriate answer. Then confirm your answer. ／请选择正确答案。然后确认答案。／ Hãy chọn phương án đúng. Sau đó, hãy kiểm tra lại.

🔊 036

例
① 電話が▼　　電話があります。
　でんわ　　　　でんわ
② ねこが▼　　ねこがいます。

① There is a telephone.
有了电话。
Có điện thoại.

② There is a cat.
有猫。
Có con mèo.

🔊 037

練習

① 時計が▼　　時計があります。
　とけい　　　　とけい

② かさが▼　　かさがあります。

③ 男の人が▼　　男の人がいます。
　おとこ　ひと　　おとこ　ひと

④ 犬が▼　　犬がいます。
　いぬ　　　いぬ

⑤ 車が▼　　車があります。
　くるま　　　くるま

⑥ コピー機が▼　　コピー機があります。
　　　　き　　　　　　　　き

⑦ 子どもが▼　　子どもがいます。
　こ　　　　　　こ

⑧ 喫茶店が▼　　喫茶店があります。
　きっさてん　　　きっさてん

⑨ 女の子が▼　　女の子がいます。
　おんな　こ　　　おんな　こ

⑩ お手洗いが▼　　お手洗いがあります。
　　てあら　　　　　　てあら

① There is a clock.
有钟。
Có cái đồng hồ.

② There is an umbrella.
有伞。
Có cái ô.

③ There is a man.
有一个男生。
Có người đàn ông.

④ There is a dog.
有狗。
Có con chó.

⑤ There is a car.
有车。
Có cái xe ô tô.

⑥ There is a copy machine.
有复印机。
Có máy copy.

⑦ There is a child.
有小孩子。
Có đứa trẻ.

⑧ There is a coffee shop.
有茶厅。
Có quán cà phê.

⑨ There is a girl.
有女孩子。
Có cô bé.

⑩ There is a toilet.
有厕所。
Có nhà vệ sinh.

わくわく II

正しいほうを選んでください。その後で、確かめてください。
Select the appropriate answer. Then confirm your answer. ／请选择正确答案。然后确认答案。／Hãy chọn phương án đúng. Sau đó, hãy kiểm tra lại.

038 例

① 机の上に本が▼
机の上に本があります。

② 研究室に鈴木さんが▼
研究室に鈴木さんがいます。

❶ There is a book on the desk.
桌子上有书。
Có quyển sách trên bàn.

❷ There is Suzuki-san in a seminar room.
研究室里有铃木。
Có anh Suzuki ở trong phòng nghiên cứu.

039 練習

① あそこにコピー機が▼
あそこにコピー機があります。

② 田中さんの部屋にサリーさんが▼
田中さんの部屋にサリーさんがいます。

③ 大学の中に郵便局が▼
大学の中に郵便局があります。

④ 田中さんの後ろに中山さんが▼
田中さんの後ろに中山さんがいます。

⑤ 駅の前にバス停が▼
駅の前にバス停があります。

⑥ 車の中に犬が▼
車の中に犬がいます。

⑦ 図書館に中山さんが▼
図書館に中山さんがいます。

⑧ 先生の机の上にコンピューターが▼
先生の机の上にコンピューターがあります。

⑨ 2階の教室に先生が▼
2階の教室に先生がいます。

⑩ テレビの右に電話が▼
テレビの右に電話があります。

❶ There is a copy machine over there.
那里有复印机。
Có máy copy ở đằng kia.

❷ There is Sally-san in Tanaka-san's room.
田中的房间里有沙莉。
Có cô Sally ở phòng cô Tanaka.

❸ There is a post office inside of the university.
大学里有邮局。
Có bưu điện bên trong trường đại học.

❹ There is Nakayama-san behind of Tanka-san.
田中的身后有中山。
Có anh Nakayama phía sau lưng cô Tanaka.

❺ There is a bus stop in front of the station.
站前有公共汽车站。
Có điểm dừng xe buýt trước ga.

❻ There is a dog inside of the car.
车里有狗。
Có con chó bên trong xe hơi.

❼ There is Nakayama-san in the library.
图书馆里有中山。
Có anh Nakayama trong thư viện.

❽ There is a computer on the teacher's desk.
老师的桌子上有计算机。
Có máy vi tính ở trên bàn giáo viên.

❾ There is a teacher in the classroom on the second floor.
2楼教室里有老师。
Có giáo viên trong phòng học tầng 2.

❿ There is a telephone on the right side of TV.
电视机的右侧有电话。
Có máy điện thoại ở bên phải tivi.

13 へやの中に男の子がいます

\ わくわく /

絵を見て、正しいものには〇、間違っているものには×を書いてください。
Look at the picture, and draw a circle if the statement is correct, draw a cross if incorrect. ／请看图画选择正确答案，正确时画〇，错误时画×。／ Hãy nhìn tranh rồi viết 〇 với câu đúng, × với câu sai.

◀)) 040 例

❶ 部屋の中に男の子がいます。
❷ 机の上に花があります。

❶ There is a boy in the room.
房间里有一个男孩。
Có bé trai ở trong phòng.

❷ There are flowers on the desk.
桌子上有花。
Có bông hoa ở trên bàn.

◀)) 041

❶ 部屋の中にねこがいます。
❷ 部屋の中にくつがあります。
❸ テレビの右に花があります。
❹ テレビの左に雑誌があります。
❺ 女の人の後ろに女の子がいます。
❻ 女の人の前に犬がいます。
❼ 机の上に本があります。
❽ 机の下にかばんがあります。
❾ 男の子の近くにねこがいます。
❿ 男の子のとなりに女の子がいます。

❶ There is a cat in the room.
房间里有猫。
Có con mèo ở trong phòng.

❷ There is a pair of shoes in the room.
房间里有鞋。
Có đôi giày ở trong phòng.

❸ There are flowers on the right side of a TV.
电视机的右侧有花。
Có hoa ở bên phải tivi.

❹ There are magazines on the left side of a TV.
电视机的左侧有杂志。
Có quyển tạp chí ở bên trái tivi.

❺ There is a girl behind a woman.
女人的身后有一个女孩。
Có cô bé ở đằng sau người phụ nữ.

❻ There is a dog in front of a woman.
女人的前面有一只狗。
Có con chó ở phía trước người phụ nữ.

❼ There are books on the desk.
桌子上有书。
Có quyển sách ở trên bàn.

❽ There is a bag under the desk.
桌子下面有书包。
Có cặp sách ở dưới bàn.

❾ There is a cat near the boy.
男孩的身旁有猫。
Có con mèo ở gần cậu bé.

❿ There is a girl next to the boy.
男孩的身旁有一个女孩。
Có cô bé ở cạnh cậu bé.

14 お手洗いはかいだんの下にあります

\わくわく/ I

正しい答えを選んでください。その後で、確かめてください。
Select the appropriate answer. Then confirm your answer. ／请选择正确答案。然后确认答案。／ Hãy chọn câu trả lời đúng. Sau đó, hãy kiểm tra lại.

🔊 042

例
女：あのう、お手洗いはどこでしょうか。
男：お手洗いは階段の▼
　　お手洗いは階段の下にあります。

女：Excuse me. Where can I find a toilet?
男：The toilet is under the stairs.
女：请问，厕所在哪儿？
男：厕所在楼梯的下面。
女：Xin lỗi, nhà vệ sinh ở đâu ạ?
男：Nhà vệ sinh ở dưới cầu thang.

🔊 043

練習

❶ 女：ジュースはどこにありますか。
　 男：ジュースはれいぞうこの▼
　　　ジュースはれいぞうこの中にあります。

❷ 女：山田さんはどこにいますか。
　 男：山田さんは田中さんの▼
　　　山田さんは田中さんのとなりにいます。

❸ 女：新聞はどこにありますか。
　 男：新聞はテレビの▼
　　　新聞はテレビの前にあります。

❹ 女：サリーさんはどこにいますか。
　 男：あ、田中さんの▼
　　　あ、田中さんの後ろにいます。

❺ 女：教科書はどこにありますか。
　 男：テーブルの▼
　　　テーブルの上にあります。

❶ 女：Where is the juice?
　 男：The juice is in the refrigerator.
　 女：果汁在哪儿？
　 男：在冰箱里呢。
　 女：Nước hoa quả ở đâu ạ?
　 男：Nước hoa quả ở trong tủ lạnh.

❷ 女：Where is Yamada-san?
　 男：Yamada-san is next to Tanaka-san.
　 女：山田在哪儿？
　 男：山田在田中的身旁。
　 女：Anh Yamada ở đâu vậy?
　 男：Anh Yamada ở cạnh cô Tanaka.

❸ 女：Where is the newspaper?
　 男：The newspaper is in front of the TV.
　 女：报纸在哪儿？
　 男：在电视机前面。
　 女：Tờ báo ở đâu?
　 男：Tờ báo ở trước tivi.

❹ 女：Where is Sally-san?
　 男：Ah, she is behind Tanaka-san.
　 女：沙莉在哪儿？
　 男：哦，在田中的身后。
　 女：Cô Sally ở đâu?
　 男：À, cô ấy ở phía sau cô Tanaka.

❺ 女：Where is the textbook?
　 男：It is on the table.
　 女：教科书在哪儿？
　 男：在桌子上呢。
　 女：Sách giáo khoa ở đâu?
　 男：Ở trên bàn.

\ わくわく /

II 正しいものを選んでください。

Fill in the blanks with the appropriate answer. ／请选择正确答案。／ Hãy chọn phương án đúng.

🔊 044

例 男：あのう、タクシー乗り場はどこですか。
女：ええと、駅の前にあります。

男：Where is the taxi stand?
女：It is in front of the station.
男：出租车乘降站在哪儿?
女：在站前。
男：Điểm bắt xe taxi ở đâu ạ?
女：Ở trước ga.

🔊 045

練習

❶ 男：あのう、郵便局はどこですか。
女：ええと、デパートの左です。

❷ 男：すみません。あのう、パン屋はどこにありますか。
女：あ、パン屋？ ええと、銀行の後ろにあります。

❸ 男：すみません。病院はどこでしょうか。
女：病院は、ええと、本屋の右です。

❹ 男：すみません。このへんに、喫茶店はありますか。
女：喫茶店？ あ、公園の中にあります。

❺ 男：あのう、このへんに、駐車場はありませんか。
女：ええと、あ、あります。銀行のとなりです。

❶ 男：Where is the post office?
女：It is on the left side of the department store.
男：邮局在哪儿?
女：在百货店的左侧。
男：Bưu điện ở đâu ạ?
女：Ở bên trái cửa hàng bách hoá.

❷ 男：Where is the bakery?
女：It is behind the bank.
男：面包屋在哪儿?
女：在银行的后身。
男：Cửa hàng bánh mỳ ở đâu nhỉ?
女：Ở phía sau ngân hàng.

❸ 男：Where can I find the hospital?
女：It is on the right side of the bookstore.
男：医院在哪儿?
女：在书店的右侧。
男：Bệnh viện ở đâu ạ?
女：Ở bên phải hiệu sách.

❹ 男：Is there a coffee shop?
女：Yes, there is one in the park.
男：有茶厅吗?
女：有，在公园里。
男：Có quán cà phê không?
女：Có, ở trong công viên.

❺ 男：Is there a parking lot?
女：Yes, there is. It is next to the bank.
男：有停车场吗?
女：有，在银行的旁边。
男：Có bãi đỗ xe không ạ?
女：Có, ở bên cạnh ngân hàng.

15 聞く、食べる、あける、まつ

\ わくわく /

正しい絵を選んでください。
Select the appropriate picture. ／请选择正确答案图画。／ Hãy chọn bức tranh phù hợp.

🔊 046　例

a. 女：聞く？
　　男：うん、聞く。

b. 女：これ、食べる？
　　男：うん、食べる。

　　a. 女：Are you going to listen to it?
　　　 男：Yeah, I am.
　　b. 女：Are you going to eat this?
　　　 男：Yeah, I am.

　　a. 女：听吗？
　　　 男：嗯，听。
　　b. 女：这个，吃吗？
　　　 男：嗯，吃。

　　a. 女：Nghe không?
　　　 男：Ừ, có nghe.
　　b. 女：Cái này, có ăn không?
　　　 男：Ừ, có ăn.

🔊 047　練習

❶ a. 女：使う？
　　　男：うん、使う。

　 b. 女：ここで泳ぐ？
　　　男：うん、泳ぐ。

　 c. 女：開ける？
　　　男：うん、開ける。

　 d. 女：これに乗る？
　　　男：うん、乗る。

❶ a. 女：Are you going to use it?
　　　男：Yeah, I am.
　b. 女：Are you going to swim here?
　　　男：Yeah, I am.
　c. 女：Are you going to open it?
　　　男：Yeah, I am.
　d. 女：Are you going to ride this?
　　　男：Yeah, I am.

　a. 女：用吗？
　　　男：嗯，用。
　b. 女：在这游泳？
　　　男：嗯，在这游。
　c. 女：打开吗？
　　　男：嗯，打开。
　d. 女：坐这个？
　　　男：嗯，坐这个。

　a. 女：Có dùng không?
　　　男：Ừ, có dùng.
　b. 女：Có bơi ở đây không?
　　　男：Ừ, có bơi.
　c. 女：Có mở không?
　　　男：Ừ, có mở.
　d. 女：Có đi cái này không?
　　　男：Ừ, có đi.

❷ a. 女：早く寝る？
　　　男：うん、寝る。

　 b. 女：消す？
　　　男：うん、消す。

　 c. 女：ここに、入る？
　　　男：うん、入る。

　 d. 女：ここで待つ？
　　　男：うん、待つ。

❸ a. 女：きょう、出す？
　　　男：うん、出す。

　 b. 女：あしたも教える？
　　　男：うん、教える。

　 c. 女：これ、注文する？
　　　男：うん、注文する。

　 d. 女：田中さんにあげる？
　　　男：うん、あげる。

❷ a. 女：Are you going to go to bed early?
　　　男：Yeah, I am.
　 b. 女：Are you going to turn it off?
　　　男：Yeah, I am.
　 c. 女：Are you going to enter here?
　　　男：Yeah, I am.
　 d. 女：Are you going to wait here?
　　　男：Yeah, I am.

　 a. 女：早睡？
　　　男：嗯，早睡。
　 b. 女：关灯？
　　　男：嗯，关了吧。
　 c. 女：进这里？
　　　男：嗯，进这里。
　 d. 女：在这儿等？
　　　男：嗯，在这儿等。

　 a. 女：Ngủ sớm không?
　　　男：Ừ, ngủ.
　 b. 女：Xoá chứ?
　　　男：Ừ, xoá.
　 c. 女：Có vào đây không?
　　　男：Ừ, có vào.
　 d. 女：Đợi ở đây chứ?
　　　男：Ừ, đợi.

❸ a. 女：Are you going to mail it today?
　　　男：Yeah, I am.
　 b. 女：Are you going to teach tomorrow too?
　　　男：Yeah, I am.
　 c. 女：Are you going to order this?
　　　男：Yeah, I am.
　 d. 女：Are you going to give it to Tanaka-san?
　　　男：Yeah, I am.

　 a. 女：今天寄走？
　　　男：嗯，寄走。
　 b. 女：明天也教？
　　　男：嗯，教。
　 c. 女：这个，预定吗？
　　　男：嗯。预定。
　 d. 女：给田中？
　　　男：嗯，给吧。

　 a. 女：Hôm nay gửi à?
　　　男：Ừ, gửi.
　 b. 女：Mai cũng dạy chứ?
　　　男：Ừ, có dạy.
　 c. 女：Đặt/gọi cái này chứ?
　　　男：Ừ, đặt/gọi.
　 d. 女：Cho cô Tanaka à?
　　　男：Ừ, cho.

16 書いてください

何と言っていますか。a、b、c の中から正しいものを選んでください。
What is the person saying? Select the appropriate answer: a, b or c. ／听听说的什么？请在 a，b，c 中选择正确答案。／ Nhân vật trong đoạn hội thoại đang nói gì? Hãy chọn câu trả lời đúng từ các câu a, b, c.

048 例

① 書いてください。

② 消してください。

① Please write it.
请写。
Hãy viết đi.

② Please turn it off.
请关灯。
Hãy xoá đi.

049 練習

① してください。

② 食べてください。

③ 帰ってください。

④ 使ってください。

⑤ 起きてください。

⑥ 買ってください。

⑦ 飲んでください。

⑧ 来てください。

⑨ 消してください。

⑩ 読んでください。

⑪ 待ってください。

⑫ 出してください。

⑬ 行ってください。

⑭ 書いてください。

⑮ すわってください。

① Please do it.
请做。
Hãy làm.

② Please eat it.
请吃。
Hãy ăn.

③ Please go home.
请回。
Hãy về.

④ Please use it.
请用。
Hãy dùng.

⑤ Please get up.
请起。
Hãy dậy.

⑥ Please buy it.
请买。
Hãy mua.

⑦ Please drink it.
请喝。
Hãy uống.

⑧ Please come.
请来。
Hãy tới.

⑨ Please turn it off.
请关灯。
Hãy xoá.

⑩ Please read it.
请读。
Hãy đọc.

⑪ Please wait.
请等等。
Hãy đợi.

⑫ Please mail it.
请拿出来。
Hãy gửi.

⑬ Please go.
请去。
Hãy đi.

⑭ Please write it.
请写。
Hãy viết.

⑮ Please sit down.
请坐。
Hãy ngồi.

17 どうぞ食べてください

\ わくわく /

この人は何をしますか。適当な絵を選んでください。

What is the person doing? Select the appropriate picture. ／图画中的人正在做什么？请选择正确答案图画。／ Nhân vật trong đoạn hội thoại được yêu cầu làm gì? Hãy chọn bức tranh phù hợp.

◀)) 050 　例
- ❶ どうぞ食べてください。
- ❷ ここにすわってください。

❶ Please eat.
请吃吧。
Xin mời ăn ạ.

❷ Please sit down here.
请坐在这里。
Xin mời ngồi ở đây.

◀)) 051 　練習

- ❶ これを飲んでください。
- ❷ これを買ってください。
- ❸ これに乗ってください。
- ❹ すみません。教えてください。
- ❺ 消してください。
- ❻ 開けてください。
- ❼ ここに入ってください。
- ❽ ここで勉強してください。

❶ Please drink this.
请喝这个。
Hãy uống cái này.

❷ Please buy this.
请买这个。
Hãy mua cái này.

❸ Please ride this.
请乘坐这个。
Hãy đi bằng cái này.

❹ Excuse me. Please teach me.
对不起，请教给我。
Xin lỗi, hãy chỉ/dạy cho tôi với.

❺ Please turn it off.
请关灯。
Hãy xoá đi.

❻ Please open it.
请打开。
Hãy mở ra.

❼ Please enter here.
请进这里。
Hãy vào đây.

❽ Please study here.
请在这儿学习。
Hãy học ở đây.

18 お金がありませんから、買いません

\わくわく/

aかbか選んでください。その後で、確かめてください。

Select the appropriate answer: a or b. Then confirm your answer. ／请从 a，b 中选择正确答案。然后确认答案。／Hãy chọn phương án a hoặc b. Sau đó, hãy kiểm tra lại.

052

例
① お金がありませんから▼
　お金がありませんから、本を買いません。

② 国の友だちが来ますから▼
　国の友だちが来ますから、浅草へ行きます。

❶ Because I don't have any money, I won't buy a book.
因为没有钱，所以不买。
Vì không có tiền nên tôi không mua sách.

❷ Because my friend from my country is coming, we will go to Asakusa.
因为国内的朋友来，所以去浅草。
Vì bạn cùng nước tới nên tôi sẽ đi Asakusa.

053

練習

❶ あしたテストがありますから▼
　あしたテストがありますから、きょうの夜勉強します。

❷ きょう部屋にいますから▼
　きょう部屋にいますから、電話してください。

❸ きのうコンピューターを買いましたから▼
　きのうコンピューターを買いましたから、きょうお金がありません。

❹ 日本語がわかりませんから▼
　日本語がわかりませんから、英語で話してください。

❺ きのう経済の本を買いましたから▼
　きのう経済の本を買いましたから、きょう読みます。

❶ Because I have an exam tomorrow, I will study tonight.
因为明天要考试，所以今天晚上学习。
Vì ngày mai có bài kiểm tra nên tối nay tôi học.

❷ Because I will stay in my room today, please phone me.
今天一直在家，所以请给我打电话。
Vì hôm nay tôi ở trong phòng nên hãy gọi điện thoại.

❸ Because I bought a computer yesterday, I don't have any money today.
昨天买了计算机，所以今天没有钱。
Vì hôm qua mua máy vi tính nên hôm nay tôi không còn tiền.

❹ Because I don't understand Japanese, please speak in English.
因为不懂日语，所以请使用英语。
Vì tôi không hiểu tiếng Nhật nên hãy nói bằng tiếng Anh.

❺ Because I bought the book of economics yesterday, I will read it today.
昨天买了经济书，今天读。
Vì hôm qua tôi đã mua sách kinh tế nên hôm nay sẽ đọc.

❻ あしたは日<small>にち</small>よう日<small>び</small>ですから▼
あしたは日<small>にち</small>よう日<small>び</small>ですから、大学<small>だいがく</small>へ行<small>い</small>きません。

❼ 電車<small>でんしゃ</small>がありませんから▼
電車<small>でんしゃ</small>がありませんから、バスに乗<small>の</small>ってください。

❽ 病院<small>びょういん</small>へ行<small>い</small>きますから▼
病院<small>びょういん</small>へ行<small>い</small>きますから、タクシーを呼<small>よ</small>んでください。

❻ Because tomorrow is Sunday, I won't go to the university.
明天是周日，所以不去大学。
Vì ngày mai là chủ nhật nên tôi không tới trường đại học.

❼ Because there is no train service, please take a bus.
因为没有电车，所以请坐公共汽车。
Vì không có tàu điện nên hãy đi bằng xe buýt.

❽ Because I am going to go to the hospital, please call a taxi.
要去医院，请叫出租车。
Vì đi tới bệnh viện nên hãy gọi taxi.

19 あたらしいです

I 適当な絵を選んでください。
Select the appropriate picture. ／请选择正确答案图画。／ Hãy chọn bức tranh phù hợp.

例 新しいです。　　It is new.　新的。　Mới.

練習

① 古いです。
② 難しいです。
③ 長いです。
④ 静かです。
⑤ 簡単です。
⑥ 重いです。
⑦ 短いです。
⑧ うるさいです。
⑨ 有名です。
⑩ おもしろいです。

① It is old.
旧的。
Cũ.

② It is difficult.
难的。
Khó.

③ It is long.
长的。
Dài.

④ It is quiet.
静的。
Yên tĩnh.

⑤ It is easy.
简单的。
Đơn giản.

⑥ It is heavy.
重的。
Nặng.

⑦ It is short.
短的。
Ngắn.

⑧ It is noisy.
吵闹的。
Ồn ào.

⑨ It is famous.
有名的。
Nổi tiếng.

⑩ It is fun.
有趣的。
Thú vị.

\ わくわく /

Ⅱ 適当な絵を選んでください。
Select the appropriate picture. ／请选择正确答案图画。／ Hãy chọn bức tranh phù hợp.

◀)) 056

 ❶ おもしろかった。

❷ おもしろくありません。

❶ It was fun.
有趣的。
Đã thú vị.

❷ It is not fun.
没趣的。
Không thú vị.

◀)) 057

練習

❶ きれいじゃなかった。

❷ 大きくない。

❸ 短かった。

❹ 静かでした。

❺ 簡単じゃなかった。

❻ 古くありません。

❼ よかったです。

❽ 軽い。

❾ 高かったです。

❿ おいしくなかった。

❶ It was not clean.
不漂亮。
Đã không đẹp.

❷ It is not big.
不大。
Không to.

❸ It was short.
短。
Đã ngắn.

❹ It was quiet.
寂静的。
Đã yên tĩnh.

❺ It was not easy.
不简单。
Đã không đơn giản.

❻ It is not old.
不旧。
Không cũ.

❼ It was good.
好的。
Đã tốt đẹp.

❽ It is light.
轻的。
Nhẹ.

❾ It was expensive.
贵的。
Đã đắt.

❿ It was not tasty.
不好吃。
Đã không ngon.

157

日本語はむずかしくないですね

\ わくわく /

適当な絵を選んでください。
Select the appropriate picture. ／请选择正确答案图画。／ Hãy chọn bức tranh phù hợp.

🔊 058

 例

❶ この本は高いです。

❷ 日本語は難しくないですね。

❶ This book is expensive.
这本书贵。
Quyển sách này đắt.

❷ Japanese is not difficult, is it?
日语不难啊。
Tiếng Nhật không khó nhỉ.

🔊 059 **練習**

❶ このかばんは大きくないですね。

❷ この荷物は軽くありません。

❸ この時計は安かったんですよ。

❹ ここは本当に静かですね。

❺ きのうのテストは簡単でした。

❻ これ、とてもきれいですね。

❼ となりの部屋がうるさかったんです。

❽ きのう大学の食堂へ行きました。おいしかったですよ。

❾ これ、重くないよ。

❿ きのうの映画は長かったですね。

⓫ この辞書はよくないですよ。

⓬ この本、高かった。

⓭ きのうのテレビはおもしろくなかったです。

❶ This bag is not big, is it?
这个书包不大啊。
Cái cặp này không to lắm nhỉ.

❷ This luggage is not light.
这个行李不轻。
Hành lí này không nhẹ.

❸ This watch was cheap.
这个钟很便宜的。
Cái đồng hồ này (đã) rẻ đó.

❹ It is really quiet here, isn't it?
这里真的很静啊。
Ở đây thực sự yên tĩnh nhỉ.

❺ Yesterday's test was easy.
昨天的考试很简单。
Bài kiểm tra hôm qua dễ.

❻ This is very clean, isn't it?
这个，真漂亮啊!
Cái này đẹp quá nhỉ.

❼ The room next door was noisy.
邻居真吵啊。
Căn phòng bên cạnh (đã) ồn ào.

❽ I went to the cafeteria in the university. The food was tasty.
昨天去大学的食堂了，非常好吃啊。
Hôm qua tôi đã tới nhà ăn của trường đại học. Ngon lắm đó.

❾ This is not heavy.
这个，不重啊。
Cái này không nặng lắm đâu.

❿ The movie we saw yesterday was long, wasn't it?
昨天的电影真长啊。
Bộ phim hôm qua dài nhỉ.

⓫ This dictionary is not good.
这个字典不好。
Quyển từ điển này không tốt đâu.

⓬ This book was expensive.
这本书太贵。
Cuốn sách này (đã) đắt.

⓭ Yesterday's TV program was not interesting.
昨天的电视没意思。
Chương trình tivi hôm qua (đã) không thú vị.

⑭ あのスカートは短いですね。
　　　　　　　　みじか

⑮ あれ、有名ですよ。見ましょう。
　　　　ゆうめい　　　み

⑯ きのう映画を見ました。よかったですよ。
　　　　えいが　み

⑰ 私の車はちょっと古いんですけど。
　わたし　くるま　　　　ふる

⑭ That skirt is short, isn't it?
　那条裙子好短啊。
　Cái váy kia ngắn nhỉ.

⑮ That one is famous. Let's look at it.
　那个，非常有名，看看吧。
　Cái kia nổi tiếng đó. Cùng xem nhé.

⑯ I saw a movie yesterday. It was good.
　昨天看电影了，非常好。
　Hôm qua tôi đã xem phim đó. Hay lắm đấy.

⑰ My car is a bit old, but ...
　我的车有点儿旧。
　Xe ô tô của tôi có hơi cũ chút...

21 うちへ帰ってべんきょうします

\わくわく/

適当な絵を選んでください。
Select the appropriate picture. ／请选择正确答案图画／ Hãy chọn bức tranh phù hợp.

🔊 060 　例　うちへ帰って、勉強します。
I go home, and study.
回家后学习。
Tôi trở về nhà rồi học bài.

🔊 061 　練習

❶ ごはんを食べて、お金を払いました。

❷ ここに名前を書いて、はんこを押してください。

❸ ここに来て、このいすにすわってください。

❹ 事務室へ行って、聞きました。

❺ サリーさんに電話して、聞きます。

❻ カレーを作って、友だちと食べます。

❼ 図書館に行って、CDを借りました。

❽ みなさん、電気を消して寝てください。

❾ 辞書を借りて、勉強しました。

❿ うちに帰って、ごはんを作ります。

❶ I had a meal, and paid for it.
吃完饭付款。
Tôi ăn cơm rồi trả tiền.

❷ Please write your name and stamp your seal here.
在这里写上名字后，盖印。
Hãy viết tên vào đây rồi đóng dấu!

❸ Please come here, and sit down on this chair.
来这里后，做到这把椅子上。
Hãy tới đây rồi ngồi vào ghế này nhé.

❹ I went to the office, and asked.
去办公室问问。
Tôi đã tới văn phòng để hỏi.

❺ I will phone Sally-san, and ask.
给沙莉打电话问问。
Tôi gọi điện cho cô Sally hỏi.

❻ I will make curry, and eat with my friend.
做咖喱饭和朋友一起吃。
Tôi làm cà ri rồi ăn cùng bạn.

❼ I went to the library, and borrowed a CD.
去图书馆借了激光唱片。
Tôi đã tới thư viện mượn băng video.

❽ Everyone, please turn off the light, and go to bed.
同学们，请关灯后就寝。
Mọi người hãy tắt điện rồi ngủ đi nhé.

❾ I borrowed the dictionary and studied.
借了字典后，学习了。
Tôi đã mượn từ điển rồi học.

❿ I will go home and cook a meal.
回家后，做饭。
Tôi về nhà rồi nấu cơm.

22 へやでお茶を飲みました

\わくわく/

aかb か選んでください。その後で、確かめてください。
Select the appropriate answer: a or b. Then confirm your answer. ／请从 a，b 中选择正确答案。然后确认答案。／ Hãy chọn phương án a hoặc b. Sau đó, hãy kiểm tra lại.

🔊 062

例 田中さんは部屋で▼
田中さんは部屋でお茶を飲みました。

Tanaka-san drank tea in his room.
田中在房间里喝了茶。
Cô Tanaka đã uống trà trong phòng.

🔊 063

練習

❶ あしたは図書館で▼
あしたは図書館で勉強します。

❷ サリーさんは教室に▼
サリーさんは教室にいます。

❸ 大学の食堂に▼
大学の食堂にいてください。

❹ 事務室の前で▼
事務室の前で待ちます。

❺ 電車の中で▼
電車の中で本を読みます。

❻ この教室に▼
この教室に入ってください。

❼ コピー機はあの本屋に▼
コピー機はあの本屋にありますよ。

❽ メッセージはここに▼
メッセージはここに書いてください。

❾ バスは東京駅で▼
バスは東京駅で乗ります。

❶ Tomorrow I will study at the library.
明天在图书馆学习。
Ngày mai tôi học ở thư viện.

❷ Sally-san is in the classroom.
沙莉在教室。
Cô Sally ở trong lớp học.

❸ Please be in the university cafeteria.
请呆在大学食堂。
Hãy có mặt ở nhà ăn của trường đại học.

❹ I wait in front of the office.
在办公室前等。
Tôi sẽ đợi trước cửa văn phòng.

❺ I read a book in the train.
在电车上看书。
Tôi đọc sách trên tàu điện.

❻ Please go in this classroom.
请进这个教室。
Hãy vào phòng học này.

❼ There is a copy machine in that bookstore.
复印机在书店里。
Máy copy có ở hiệu sách kia đó.

❽ Please write your message here.
留言请写在这儿。
Hãy viết lời nhắn vào đây.

❾ I ride the bus at Tokyo station.
在东京站坐公共汽车。
Tôi lên xe buýt ở ga Tokyo.

❿ この本は図書館で▼
この本は図書館(ほん と しょかん)で借(か)りました。

❿ I borrowed this book at the library.
这本书在图书馆借的。
Quyển sách này tôi đã mượn ở thư viện.

23 何時ですか
なんじ

\ わくわく /

I 正しい時刻を選んでください。
Select the appropriate time. ／请选择正确的时刻。／ Hãy chọn thời gian chính xác.

🔊 064

 例
男：今、何時ですか。
女：10時10分です。

男：What time is it now?
女：It is ten past ten.
男：现在几点了？
女：10 点 10 分。
男：Bây giờ mấy giờ rồi?
女：10 giờ 10 phút.

🔊 065 練習

❶ 3時20分です。
❷ 1時50分です。
❸ 4時40分です。
❹ 6時10分です。
❺ 1時5分です。
❻ 2時45分です。
❼ 9時15分です。
❽ 7時35分です。
❾ 11時20分です。
❿ 12時55分です。

❶ It is twenty past three.
3 点 20 分。
3 giờ 20 phút.

❷ It is ten to two. (It is fifty past one.)
1 点 15 分。
1 giờ 50 phút.

❸ It is forty past four.
4 点 40 分。
4 giờ 40 phút.

❹ It is ten past six.
6 点 10 分。
6 giờ 10 phút.

❺ It is five past one.
1 点 5 分。
1 giờ 5 phút.

❻ It is fifteen to three. (It is forty five past two.)
2 点 45 分。
2 giờ 45 phút.

❼ It is fifteen past nine.
9 点 15 分。
9 giờ 15 phút.

❽ It is thirty five past seven.
7 点 35 分。
7 giờ 35 phút.

❾ It is twenty past eleven.
11 点 20 分。
11 giờ 20 phút.

❿ It is five to one. (It is fifty five past twelve.)
12 点 55 分。
12 giờ 55 phút.

\わくわく/
Ⅱ 正しい時刻を選んでください。
Select the appropriate time. ／请选择正确的时刻。／ Hãy chọn thời gian chính xác.

🔊 066

　女：今度のバス、何時ですか。
　　　男：2時12分です。

女：What time is the next bus coming?
男：At 2:12.
女：下班车，几点？
男：2点12分。
女：Chuyến xe buýt tiếp theo đến lúc mấy giờ?
男：2 giờ 12 phút.

🔊 067 　練習

① 2時4分です。
② 5時6分です。
③ 3時 33 分です。
④ 10 時 57 分です。
⑤ 12時8分です。
⑥ 8時です。
⑦ 9時 42 分です。
⑧ 4時 38 分です。
⑨ 7時 16 分です。
⑩ 1時 19 分です。

① At 2:04.　2点4分。　2 giờ 4 phút.
② At 5:06.　5点6分。　5 giờ 6 phút.
③ At 3:33.　3点33分。　3 giờ 33 phút.
④ At 10:57.　10点57分。　10 giờ 57 phút.
⑤ At 12:08.　12点8分。　12 giờ 8 phút.
⑥ At 8.　8点。　8 giờ.
⑦ At 9:42.　9点42分。　9 giờ 42 phút.
⑧ At 4:38.　4点38分。　4 giờ 38 phút.
⑨ At 7:16.　7点16分。　7 giờ 16 phút.
⑩ At 1:19.　1点19分。　1 giờ 19 phút.

24　10時からです

\ わくわく /

例のように印を入れてください。
Using the symbols below, mark the appropriate times. ／仿照例句，画上记号。／ Hãy viết kí hiệu theo mẫu.

 例

❶ 男：何時に行きますか。
　 女：7時半に行きます。

❷ 男：何時からですか。
　 女：10時からです。

❸ 男：何時ごろ寝ますか。
　 女：11時半ごろですね。

❶ 男：What time are you going?
　 女：I am going at half past seven.
　 男：几点钟去？
　 女：7点半去。
　 男：Mấy giờ đi vậy?
　 女：7 rưỡi đi.

❷ 男：What time does it start from?
　 女：It starts from 10 o'clock.
　 男：几点开始？
　 女：10点开始。
　 男：Từ mấy giờ vậy?
　 女：Từ 10 giờ.

❸ 男：Around what time do you go to bed?
　 女：Around 11:30.
　 男：几点钟睡？
　 女：11点半左右睡。
　 男：Khoảng mấy giờ cô đi ngủ?
　 女：Khoảng 11 rưỡi.

 練習

a．男：何時までですか。
　 女：2時までです。

b．男：何時から？
　 女：8時半から。

c．男：何時に始まりますか。
　 女：1時に始まります。

d．男：何時ごろ終わるんですか。
　 女：ええっと、5時ごろです。

a．男：Until what time?
　 女：Until 2 o'clock.
　 男：到几点？
　 女：到2点。
　 男：Đến mấy giờ vậy?
　 女：Đến 2 giờ.

b．男：From what time?
　 女：From 8:30.
　 男：几点开始？
　 女：8点半开始。
　 男：Từ mấy giờ?
　 女：Từ 8 rưỡi.

c．男：What time does it start?
　 女：It starts at 1 o'clock.
　 男：几点开始？
　 女：1点开始。
　 男：Mấy giờ bắt đầu vậy?
　 女：1 giờ bắt đầu.

d．男：Around what time does it end?
　 女：Eh, it ends around 5 o'clock.
　 男：几点左右结束？
　 女：嗯～，5点左右结束。
　 男：Khoảng mấy giờ kết thúc?
　 女：Xem nào, tầm 5 giờ.

e. 男：何時に開きますか。
   女：4時に開きます。

f. 男：バスは何時に来ますか。
   女：6時10分に来ます。

g. 男：図書館は何時まで？
   女：夜9時半までよ。

h. 男：何時ごろ起きましたか。
   女：7時20分ごろです。

i. 男：昼休みは何時から何時までですか。
   女：12時15分から1時15分までです。

j. 男：この授業は何時から何時までですか。
   女：7時40分から9時10分までです。

e. 男：What time does it open?
   女：It opens at 4 o'clock.
   男：几点开门儿？
   女：4点开门儿。
   男：Mấy giờ mở cửa vậy?
   女：4 giờ mở cửa.

f. 男：What time is the bus coming?
   女：It is coming at 6:10.
   男：公共汽车几点来？
   女：6点10分来。
   男：Xe buýt mấy giờ tới vậy?
   女：6 giờ 10 phút tới.

g. 男：Till what time is the library open?
   女：It is open till 9:30 at night.
   男：图书馆晚上到几点？
   女：到晚上9点半。
   男：Thư viện mở tới mấy giờ?
   女：Tới 9 rưỡi tối đó.

h. 男：What time did you get up?
   女：I got up around 7:20.
   男：几点钟起床？
   女：7点20 分左右。
   男：Khoảng mấy giờ thì cô dậy?
   女：Khoảng 7 giờ 20 phút.

i. 男：From what time to what time is your lunch time?
   女：It is from 12:15 to 1:15.
   男：午休是几点到几点？
   女：12点15分到1点15分。
   男：Nghỉ trưa từ mấy giờ tới mấy giờ vậy?
   女：Từ 12 giờ 15 phút tới 1 giờ 15 phút.

j. 男：From what time to what time is this class?
   女：It is from 7:40 to 9:10.
   男：这节课几点到几点？
   女：7点40 分到9点10分。
   男：Giờ học này từ mấy giờ đến mấy giờ thế?
   女：Từ 7 giờ 40 phút tới 9 giờ 10 phút.

25 5月3日
ごがつみっか

\ わくわく /

正しい数字を書いてください。
Fill in the blanks with appropriate dates. ／ 请选择正确的数字。 ／ Hãy chọn số chính xác.

070 例 12月 23日
じゅうがつ にじゅうさんにち

December twenty third　12月23日
Ngày 23 tháng 12

071 練習

a. 1月 1日 (いちがつ ついたち)
b. 4月 4日 (しがつ よっか)
c. 2月 3日 (にがつ みっか)
d. 6月 10日 (ろくがつ とおか)
e. 7月 16日 (しちがつ じゅうろくにち)
f. 8月 9日 (はちがつ ここのか)
g. 3月 3日 (さんがつ みっか)
h. 5月 5日 (ごがつ いつか)
i. 9月 2日 (くがつ ふつか)
j. 10月 8日 (じゅうがつ ようか)
k. 11月 6日 (じゅういちがつ むいか)
l. 12月 7日 (じゅうにがつ なのか)
m. 2月 12日 (にがつ じゅうににち)
n. 6月 11日 (ろくがつ じゅういちにち)
o. 7月 20日 (しちがつ はつか)
p. 9月 28日 (くがつ にじゅうはちにち)
q. 12月 19日 (じゅうにがつ じゅうくにち)
r. 4月 24日 (しがつ にじゅうよっか)
s. 3月 18日 (さんがつ じゅうはちにち)
t. 8月 27日 (はちがつ にじゅうしちにち)

a. January first / Ngày 1 tháng 1 — 1月1日
b. April fourth / Ngày 4 tháng 4 — 4月4日
c. February third / Ngày 3 tháng 2 — 2月3日
d. June tenth / Ngày 10 tháng 6 — 6月10日
e. July sixteenth / Ngày 16 tháng 7 — 7月16日
f. August ninth / Ngày 9 tháng 8 — 8月9日
g. March third / Ngày 3 tháng 3 — 3月3日
h. May fifth / Ngày 5 tháng 5 — 5月5日
i. September second / Ngày 2 tháng 9 — 9月2日
j. October eighth / Ngày 8 tháng 10 — 10月8日
k. November sixth / Ngày 6 tháng 11 — 11月6日
l. December seventh / Ngày 7 tháng 12 — 12月7日
m. February twelfth / Ngày 12 tháng 2 — 2月12日
n. June eleventh / Ngày 11 tháng 6 — 6月11日
o. July twentieth / Ngày 20 tháng 7 — 7月20日
p. September twenty eighth / Ngày 28 tháng 9 — 9月28日
q. December nineteenth / Ngày 19 tháng 12 — 12月19日
r. April twenty-fourth / Ngày 24 tháng 4 — 4月24日
s. March eighteenth / Ngày 18 tháng 3 — 3月18日
t. August twenty-seventh / Ngày 27 tháng 8 — 8月27日

26 ちょっと休みたいです

したいと言っていますか。したくないと言っていますか。例のように○か×か書いてください。

If the person wants to do the action described, draw a circle in the blank. If not, draw a cross. ／图画中的人想做？还是不想做？仿照例句，想做时画○，不想做时画×。／ Nhân vật trong bài nói muốn làm hay không muốn làm? Hãy viết ○ hoặc × theo mẫu.

例
① 水が飲みたいです。
② これは買いたくないです。

① I want to drink water.
我想喝水。
Tôi muốn uống nước.

② I do not want to buy that.
我不想买这个。
Cái này thì tôi không muốn mua.

練習

① ちょっと休みたいです。
② あしたは行きたくないです。
③ うちへ帰りたいです。
④ きょうは練習したくないです。
⑤ ここにはすわりたくないです。
⑥ 来週旅行したいです。
⑦ 田中さんには会いたくありません。
⑧ 切符を予約したいです。
⑨ あの人には相談したくありません。
⑩ 先生にお願いしたいです。

① I want to rest a while.
想稍微休息一下。
Tôi muốn nghỉ một chút.

② I do not want to go tomorrow.
明天不想去。
Ngày mai thì tôi không muốn đi.

③ I want to go home.
想回家。
Tôi muốn về nhà.

④ I don't want to practice today.
今天不想练习。
Hôm nay tôi không muốn luyện tập.

⑤ I don't want to sit here.
不想坐在这里。
Tôi không muốn ngồi ở đây.

⑥ I want to take a trip next week.
下周想去旅行。
Tuần sau tôi muốn đi du lịch.

⑦ I don't want to see Tanaka-san.
不想见田中。
Tôi không muốn gặp cô Tanaka.

⑧ I want to make a reservation for a ticket.
想预约票。
Tôi muốn đặt trước vé.

⑨ I do not want to consult with that person.
不想和那个人商量。
Tôi không muốn hỏi ý kiến người kia.

⑩ I want to request to my teacher.
想拜托老师。
Tôi muốn nhờ giáo viên.

\ わくわく /

Ⅱ 適当な絵を選んでください。
Select the appropriate picture. ／请选择正确答案图画。／ Hãy chọn bức tranh phù hợp.

🔊 074　例
① うちへ帰りたいんですが。
② すわりたくないです。

① I would like to go home, but ......
想回家。
Tôi muốn về nhà…

② I don't want to sit down.
不想坐下。
Tôi không muốn ngồi.

🔊 075　練習1

① これが使いたいですね。
② 日本では働きたくないんです。
③ ビールは飲みたくないんですけど。
④ あの人に会いたいですね。
⑤ いっしょに旅行したいですね。
⑥ これは買いたくないですね。
⑦ その本が読みたいんです。
⑧ あしたは行きたくありません。
⑨ あの人にあげたいんです。
⑩ 早く寝たいんですけど。

① I want to use this.
想使用这个。
Tôi muốn dùng cái này.

② I don't want to work in Japan.
不想在日本工作。
Tôi không muốn làm việc tại Nhật.

③ I don't want to drink beer, but ......
不想喝啤酒。
Bia thì tôi không muốn uống…

④ I want to see that person.
想见那个人。
Tôi muốn gặp (nhớ) người đó.

⑤ I want to travel with you.
想和您一起去旅行。
Tôi muốn cùng đi du lịch ghê.

⑥ I sure don't want to buy that.
不想买那个。
Cái kia thì không muốn mua nhỉ.

⑦ I want to read that book.
想看那本书。
Tôi muốn đọc quyển sách đó.

⑧ I do not want to go tomorrow.
明天不想去。
Ngày mai thì tôi không muốn đi.

⑨ I want to give it to her.
想给那个人。
Tôi muốn tặng cho người kia.

⑩ I want to go to bed early.
想早点儿睡。
Tôi muốn đi ngủ sớm…

練習2

❶ これ、使いたいね。

❷ もう働きたくないよ。

❸ 早く寝たい。

❹ ビールは飲みたくないんだけど。

❺ あの人にあげたいんだ。

❻ あしたは行きたくないんだけど。

❼ その本、読みたい。

❽ これは買いたくないね。

❾ いっしょに旅行したいね。

❿ あの人に会いたいね。

❶ I want to use this.
想使用这个。
Cái này, tôi muốn dùng ghê.

❷ I don't want to work anymore.
已经不想干活了。
Tôi không muốn làm việc nữa rồi.

❸ I want to go to bed early.
想早睡。
Tôi muốn đi ngủ sớm.

❹ I don't want to drink beer, but ......
不想喝啤酒。
Tôi không muốn uống bia…

❺ I want to give it to her.
想给那个人。
Tôi muốn tặng cho người ấy.

❻ I don't want to go tomorrow, but ......
明天不想去。
Ngày mai thì tôi không muốn đi.

❼ I want to read that book.
想看那本书。
Tôi muốn đọc quyển sách đó.

❽ I don't want to buy that.
不想买那个。
Cái kia thì tôi không muốn mua.

❾ I want to travel with you.
想和你一起去旅行啊。
Tôi muốn cùng đi du lịch ghê.

❿ I want to see her.
想见到那个人啊。
Tôi muốn gặp (nhớ) người đó.

27 あたまがいたいんです

\わくわく/

女の人は「〜んです」を使っていますか。使っていたら○、使っていなかったら×を書いてください。

If the woman says "〜んです", draw a circle in the blank. If not, draw a cross. ／录音中的女生使用了「〜んです」了吗？如果使用了的话，请画○，如果没有使用的话，请画×。／ Nhân vật nữ có dùng "〜んです" hay không? Nếu có hãy điền ○, nếu không hãy điền × theo mẫu.

◀)) 077

例

❶ 男：どうしたんですか。
　女：頭が痛いんです。

❷ 男：あした来ますか。
　女：ええ、来ます。

❶ 男：What's wrong?
　女：I have a headache.
　男：怎么了？
　女：有疼。
　男：Cô bị sao thế?
　女：Tôi đau đầu ạ.

❷ 男：Are you coming tomorrow?
　女：Yes, I am.
　男：明天来吗？
　女：嗯，来。
　男：Ngày mai cô có tới không?
　女：Có tới ạ.

◀)) 078

練習

❶ 男：いいカメラですね。
　女：ええ、先週買ったんです。

❷ 男：もしもし、山本さんですか。
　女：はい、山本です。

❸ 男：ねえ、ちょっと来て。
　女：あ、すみません、今から出かけるんです。

❹ 男：あした、いっしょに映画に行きませんか。
　女：ああ、あしたは友だちのうちへ行くんです。

❶ 男：It is a nice camera, isn't it?
　女：Yes, I bought it last week.
　男：相机不错啊。
　女：嗯，上周买的。
　男：Máy ảnh tốt nhỉ.
　女：Ừ, tôi mua tuần trước.

❷ 男：Hello, is this Yamamoto-san?
　女：Yes, this is Yamamoto.
　男：喂，是山本吗？
　女：对，我是山本。
　男：Alo, cô Yamamoto phải không ạ?
　女：Vâng, là Yamamoto đây ạ.

❸ 男：Hey, come here.
　女：Oh, sorry. I am going out now.
　男：哎，稍微过来一下。
　女：啊，对不起，我要出门儿。
　男：Này, tới đây chút đi.
　女：A, xin lỗi, bây giờ tôi phải ra ngoài rồi.

❹ 男：Would you like to go to see a movie together tomorrow?
　女：Well, I am going to my friend's house tomorrow.
　男：明天一起去看个电影好吗？
　女：不，我明天去朋友那儿。
　男：Ngày mai cậu cùng đi xem phim không?
　女：Ôi, mai thì tôi tới nhà bạn rồi.

❺ 男：いっしょに食事しませんか。
　女：あ、いいですね。行きましょう。

❻ 男：どうしたんですか。
　女：私のかばんがないんです。

❼ 男：もしもし。
　女：はい、グランドホテルでございます。
　男：あの、あしたの晩、予約したいんですけど。

❽ 男：田中さんは、いませんね。
　女：ええ、田中さん、きのうから病気なんです。

❾ 男：その本、おもしろいですか。
　女：ええ、とてもおもしろいですよ。

❿ 男：山田さんに電話した。
　女：いいえ、電話番号がわからないんです。

⓫ 男：サリーさんのアパートは静かですか。
　女：ええ、とっても静かですよ。

⓬ 男：ぼくは来月会社をやめるんですよ。
　女：えっ、やめるんですか。

❺ 男：Would you like to have a meal together?
　女：Oh, that's nice. Let's go.
　男：咱们一块儿吃个饭吧。
　女：啊，太好了。走吧。
　男：Mình cùng đi ăn chứ?
　女：A, được đó. Cùng đi nhé.

❻ 男：What's the matter?
　女：I can't find my bag.
　男：怎么了？
　女：我的书包不见了。
　男：Cô làm sao thế?
　女：Cặp của tôi không thấy đâu cả.

❼ 女：Hello.
　男：Yes, Grand Hotel.
　女：I would like to make a reservation for tomorrow night.
　男：喂，你好。
　女：你好，我这里是大酒店。
　男：我想预约明天晚上的房间。
　男：Alo.
　女：Vâng, khách sạn Grand xin nghe.
　男：À, tôi muốn đặt phòng vào tối mai.

❽ 男：Tanaka-san isn't here, is she?
　女：No, she has been sick since yesterday.
　男：田中今天不在吧？
　女：是啊，田中昨天就病了。
　男：Cô Tanaka không có mặt nhỉ.
　女：Vâng, cô Tanaka bị ốm từ hôm qua đấy.

❾ 男：Is that book interesting?
　女：Yes, it is very interesting.
　男：那本书，有意思吗？
　女：嗯，非常有意思。
　男：Cuốn sách đó có thú vị không?
　女：Ừ, thú vị lắm đó.

❿ 男：Did you telephone Yamada-san?
　女：No, I don't know his telephone number.
　男：给山田打电话了吗？
　女：没有啊。我没有电话号码。
　男：Cô đã gọi điện cho anh Yamada rồi chứ?
　女：Chưa, vì tôi không biết số điện thoại.

⓫ 男：Is Sally-san's apartment quiet?
　女：Yes, it's very quiet.
　男：沙莉的公寓肃静吗？
　女：是的，非常肃静。
　男：Căn hộ của cô Sally có yên tĩnh không?
　女：Vâng, rất yên tĩnh ạ.

⓬ 男：I am going to quit my job next month.
　女：What! You are going to quit!
　男：我下个月辞职。
　女：诶！真的要辞职？
　男：Tháng sau tôi nghỉ việc công ty đấy.
　女：Ồ, anh nghỉ việc ạ?

28 ここには入らないでください

I 動詞のナイ形を書いてください。
Write -nai form of the verbs. ／请写出动词的ナイ形。／ Hãy viết thể -nai của động từ theo mẫu.

例 まだ帰らないでください。
Please do not go home yet.
请别走。
Đừng về vội nhé.

練習

❶ 行かないでください。
Please do not go.
请别去。
Đừng đi.

❷ まだ来ないでください。
Please don't come yet.
请别来。
Đừng tới vội nhé.

❸ これに乗らないでください。
Please don't ride this.
请别乘坐这个。
Đừng đi bằng cái này.

❹ 立たないでください。
Please don't stand up.
请不要站立。
Đừng đứng.

❺ 言わないでください。
Please don't say.
请别说。
Đừng nói.

❻ 待たないでください。
Please don't wait.
请不要等。
Đừng đợi.

❼ 見ないでください。
Please don't look.
请不要看。
Đừng nhìn.

❽ 死なないでください。
Please don't die.
请别死。
Đừng chết.

❾ まだ買わないでください。
Please don't buy yet.
请别买。
Đừng mua vội.

❿ ここで寝ないでください。
Please don't sleep here.
请不要在这儿睡觉。
Đừng ngủ ở đây.

\ わくわく /

II 正しい絵を選んでください。
Select the appropriate picture. ／请选择正确答案图画。／ Hãy chọn bức tranh phù hợp.

081 ここには入らないでください。
Please don't enter here.
请勿入内。
Đừng vào đây.

082 **練習**

❶ 書かないでください。

❷ あっ、消さないでください。

❸ 話さないでください。

❹ ここにすてないでください。

❺ 閉めないでください。

❻ ここに止めないでください。

❼ 遅れないでください。

❽ これは使わないでください。

❶ Please don't write.
请不要写。
Đừng viết.

❷ Oh, please don't erase it.
啊，请别擦掉。
A, đừng tắt.

❸ Please don't talk.
请别说话。
Đừng nói chuyện.

❹ Please don't throw it away here.
请不要扔在这儿。
Đừng vứt ở đây.

❺ Please don't close it.
请不要关门。
Đừng đóng.

❻ Please don't park here.
请不要在这儿停车。
Đừng dừng ở đây.

❼ Please don't be late.
请别晚了。
Đừng (đến) muộn.

❽ Please don't use this.
请不要使用这个。
Đừng dùng cái này.

29 えんぴつで書いてもいいですか

\ わくわく /

aかbか選んでください。
Select the appropriate answer: a or b. ／请从a，b中选择正确答案。／Hãy chọn phương án a hoặc b.

083

例　あの、ペンを持っていないんですけど、えんぴつで
　　a. 書いてもいいですか。
　　b. 消してもいいですか。

Uh, I don't have a pen, so …… with a pencil?
　a. may I write
　b. may I erase
对不起，我没带钢笔，可以使用铅笔写吗？
　a. 写可以吗？
　b. 擦可以吗？
Ôi, tôi không mang bút nên… bằng bút chì…
　a. Viết… được không?
　b. Xoá… được không?

084　練習

❶ あのう、ちょっと暑いんですけど、ヒーターを
　　a. つけてもいいですか。
　　b. 消してもいいですか。

❶ Err… I am a bit hot, so …… the heater?
　a. may I turn on
　b. may I turn off
对不起，有点儿热，可以
　a. 打开暖风吗？
　b. 关掉暖风吗？
Hơi nóng nên tôi… máy sưởi…
　a. Bật… được không?
　b. Tắt… được không?

❷ すいません、これ、コピーしたいんですけど、コピー機、
　　a. 使ってもいいですか。
　　b. 消してもいいですか。

❷ Excuse me, I would like to copy this, so …… the copy machine?
　a. may I use
　b. may I turn off
对不起，我想复印一下这个，可以
　a. 使用复印机吗？
　b. 关掉复印机吗？
Xin lỗi, tôi muốn copy cái này nên …máy copy…
　a. Dùng… được không?
　b. Tắt …được không?

❸ ちょっと頭が痛いので、
　　a. 返してもいいですか。
　　b. 帰ってもいいですか。

❸ I have a slight headache, so ……?
　a. may I return it
　b. may I go home
稍微有点儿头疼，可以
　a. 返还吗？
　b. 回家吗？
Tôi đau đầu chút nên…
　a. Trả lại được không?
　b. Về nhà được không?

❹ かさがないんですが、このかさ、
　　a. 借りてもいいですか。
　　b. 貸してもいいですか。

❹ I don't have an umbrella, so …… this umbrella?
　a. may I borrow
　b. may I lend
我没有雨伞，可以
　a. 借一下吗？
　b. 借给他一下吗？
Tôi không có ô nên …cái ô này…
　a. Mượn …được không?
　b. Cho mượn… được không?

❺ 映画に行くんですか。私もいっしょに
　a. 来てもいいですか。
　b. 行ってもいいですか。

❻ これ、買いたいんですけど、クレジット
カードで、
　a. 入ってもいいですか。
　b. 払ってもいいですか。

❼ たくさんりんごがありますね。1つ
　a. 習ってもいいですか。
　b. もらってもいいですか。

❽ このかばん、ここに
　a. 押してもいいですか。
　b. 置いてもいいですか。

❾ もう寝るので、電気を
　a. 貸してもいいですか。
　b. 消してもいいですか。

❿ 先生、あの、ちょっと質問を
　a. 聞いてもいいですか。
　b. してもいいですか。

❺ Are you going to go to see a movie? ...... with you?
　　a. May I come
　　b. May I go
　　* Verb usage in translation is different from the way used in Japanese.
　你去看电影啊？我也可以
　　a. 一起来吗？
　　b. 一起去吗？
　Anh/cô xem phim à? Tôi cũng cùng...
　　a. Đến được không?
　　b. Đi được không?

❻ I want to buy this. ...... with a credit card?
　　a. May I enter
　　b. May I pay
　我想买这个，可以
　　a. 进来吗？
　　b. 使用信誉卡付款吗？
　Tôi muốn mua cái này, nhưng... bằng thẻ tín dụng...
　　a. Vào... được không?
　　b. Trả... được không?

❼ There are a lot of apples, aren't there? ...... one?
　　a. May I learn
　　b. May I have
　有好多苹果啊！可以
　　a. 学习吗？
　　b. 拿吗？
　Có nhiều táo nhỉ...1 quả...
　　a. Học...được không?
　　b. Nhận...được không?

❽ ...... this bag here ?
　　a. May I push
　　b. May I put down
　这个书包，可以
　　a. 按吗？
　　b. 放在这儿吗？
　Cái cặp này...ở đây...
　　a. Ấn...được không?
　　b. Đặt...được không?

❾ I am going to bed now, so ...... the light?
　　a. may I lend
　　b. may I turn off
　要睡觉了，可以
　　a. 借给他灯吗？
　　b. 关灯吗？
　Tôi đi ngủ nên ...điện...
　　a. Cho mượn...được không?
　　b. Tắt...được không?

❿ Teacher, err ...... a question?
　　a. may I ask you
　　b. may I do
　　* Verb usage in translation is different from the way used in Japanese.
　老师，对不起，可以
　　a. 提问吗？
　　b. 做吗？
　Thầy/cô cho em... câu hỏi này một chút...
　　a. Hỏi... được không ạ?
　　b. Làm... được không ạ?

30 すわってもいいですか

絵を見て、a、b、cの中から選んでください。
Look at the picture, and select the appropriate answer: a, b or c. ／请看图画，请从 a，b，c 中选择正确答案。／ Hãy nhìn tranh rồi hãy chọn phương án đúng từ a, b, c.

085 例 1
a. 吸ってもいいですか。
b. すわってもいいですか。
c. してもいいですか。

2
a. いいえ、すわらないでください。
b. いいえ、吸わないでください。
c. いいえ、しないでください。

1　a. May I smoke?
　　b. May I sit down?
　　c. May I do it?

　　a. 可以吸烟吗？
　　b. 可以坐下吗？
　　c. 可以做吗？

　　a. Hút được không?
　　b. Ngồi được không?
　　c. Làm được không?

2　a. No, please don't sit down.
　　b. No, please don't smoke.
　　c. No, please don't do it.

　　a. 不行，请别坐下。
　　b. 不行，请别吸烟。
　　c. 不行，请不要做。

　　a. Không, đừng ngồi.
　　b. Không, đừng hút.
　　c. Không, đừng làm.

練習

086

❶-1
a. あの、吸ってもいいですか。
b. あの、住んでもいいですか。
c. あの、すわってもいいですか。

❶-2
a. いいえ、吸わないでください。
b. いいえ、住まないでください。
c. いいえ、すわらないでください。

❷-1
a. 起きてもいいですか。
b. つけてもいいですか。
c. 開けてもいいですか。

❶-1　a. Err... may I smoke?
　　　b. Err... may I live here?
　　　c. Err... may I sit down?

　　　a. 对不起，可以吸烟吗？
　　　b. 对不起，可以住吗？
　　　c. 对不起，可以坐下吗？

　　　a. Tôi hút thuốc được không?
　　　b. Tôi sống/ở được không?
　　　c. Tôi ngồi được không?

❶-2　a. No, please don't smoke.
　　　b. No, please don't live here.
　　　c. No, please don't sit down.

　　　a. 不行，请别吸烟。
　　　b. 不行，请别住。
　　　c. 不行，请别坐下。

　　　a. Không, đừng hút.
　　　b. Không, đừng ở.
　　　c. Không, đừng ngồi.

❷-1　a. May I get up?
　　　b. May turn it on?
　　　c. May I open it?

　　　a. 可以起床吗？
　　　b. 可以电灯吗？
　　　c. 可以开窗吗？

　　　a. Tôi dậy được không?
　　　b. Tôi bật được không?
　　　c. Tôi mở được không?

❷-2
a. いいえ、起きないでください。
b. いいえ、開けないでください。
c. いいえ、つけないでください。

❸-1
a. 開けてもいいですか。
b. つけてもいいですか。
c. 入ってもいいですか。

❸-2
a. いいえ、入らないでください。
b. いいえ、開けないでください。
c. いいえ、つけないでください。

❹-1
a. 消してもいいですか。
b. 貸してもいいですか。
c. 閉めてもいいですか。

❹-2
a. いいえ、貸さないでください。
b. いいえ、閉めないでください。
c. いいえ、消さないでください。

❺-1
a. これ、すててもいいですか。
b. これ、してもいいですか。
c. これ、すわってもいいですか。

❺-2
a. いいえ、すわらないでください。
b. いいえ、しないでください。
c. いいえ、すてないでください。

❷-2
a. No, please don't get up.
b. No, please don't open it.
c. No, please turn it on.

a. 不行，请别起床。
b. 不行，请别开窗。
c. 不行，请别点灯。

a. Không, đừng dậy.
b. Không, đừng mở.
c. Không, đừng bật.

❸-1
a. May I open it?
b. May I turn it on?
c. May I enter?

a. 可以打开吗？
b. 可以打开电源吗？
c. 可以进来吗？

a. Tôi mở được không?
b. Tôi bật được không?
c. Tôi vào được không?

❸-2
a. No, please don't enter.
b. No, please don't open it.
c. No, Please don't turn it on.

a. 不行，请别进来。
b. 不行，请别打开。
c. 不行，请别打开电源。

a. Không, đừng vào.
b. Không, đừng mở.
c. Không, đừng bật.

❹-1
a. May I turn it off?
b. May I lend? it
c. May I close it?

a. 可以关掉电源吗？
b. 可以借出去吗？
c. 可以关闭吗？

a. Tôi tắt được không?
b. Tôi cho mượn được không?
c. Tôi đóng được không?

❹-2
a. No, please don't lend it.
b. No, please don't close it.
c. No, please turn it off.

a. 请别借出去。
b. 请别关闭。
c. 请别关掉电源。

a. Không, đừng cho mượn.
b. Không, đừng đóng.
c. Không, đừng tắt.

❺-1
a. May I throw this away?
b. May I do this?
c. May I sit down on this?

a. 这个，可以扔掉吗？
b. 这个，可以做吗？
c. 这个，可以坐吗？

a. Cái này, tôi vứt đi được không?
b. Cái này, tôi làm được không?
c. Cái này, tôi ngồi được không?

❺-2
a. No, please don't sit down.
b. No, please don't do it.
c. No, please don't throw it away.

a. 不可以，请不要坐。
b. 不可以，请不要做。
c. 不可以，请不要扔。

a. Không, đừng ngồi.
b. Không, đừng làm.
c. Không, đừng vứt.

31 あいています

\ わくわく /

絵を見て、a、b、c の中から選んでください。
Look at the picture, and select the appropriate answer: a, b or c. ／请看图画，a, b, c 中选择正确答案。／ Hãy nhìn tranh rồi chọn phương án đúng từ a, b, c.

087 例 ❶ a. 開いていますよ。
　　　　b. ついていますよ。
　　　　c. 消えていますよ。

❷ a. 開いているよ。
　b. ついているよ。
　c. 消えているよ。

❶ a. It is open.
　b. It is turned on.
　c. It is turned off.
　a. 门开着呢。
　b. 点着呢。
　c. 灯灭着呢。

❷ a. It is open.
　b. It is on.
　c. It is off.
　a. 门开着呢。
　b. 火点着呢。
　c. 火灭着呢。

a. Đang mở đó.
b. Đang bật đó.
c. Đang tắt đó.

a. Đang mở đó.
b. Đang bật đó.
c. Đang tắt đó.

練習

088

❶ a. 消えていますよ。
　b. ついていますよ。
　c. 閉まっていますよ。

❷ a. 閉まっていますよ。
　b. 消えていますよ。
　c. 開いていますよ。

❸ a. あ、落ちているよ。
　b. 消えているよ。
　c. 閉まっているよ。

❹ a. 開いているよ。
　b. 閉まっているよ。
　c. ついているよ。

❶ a. It is turned off.
　b. It is turned on.
　c. It is closed.
　a. 灯关着呢。
　b. 灯点着呢。
　c. 关闭着呢。

❷ a. It is closed.
　b. It is turned off.
　c. It is open.
　a. 关闭着呢。
　b. 灭着呢。
　c. 开着呢。

❸ a. It has dropped.
　b. It is out.
　c. It is closed.
　a. 啊，要掉下来了。
　b. 啊，灭了。
　c. 啊，关闭了。

❹ a. It is open.
　b. It is closed.
　c. It is turned on.
　a. 开着呢。
　b. 关闭着呢。
　c. 灯开着呢。

a. Đang tắt đó.
b. Đang bật đó.
c. Đang đóng đó.

a. Đang đóng đó.
b. Đang tắt đó.
c. Đang mở đó.

a. A, đang rơi rồi kìa.
b. Đang tắt đó.
c. Đang đóng đó.

a. Đang mở đó.
b. Đang đóng đó.
c. Đang bật đó.

❺ a. 閉まってる。
　b. 落ちてる。
　c. 消えてる。

❻ a. ついていますね。
　b. 開いていますね。
　c. 消えていますね。

❼ a. 開いていますね。
　b. ついていますね。
　c. 落ちていますね。

❽ a. ついていますよ。
　b. 閉まっていますよ。
　c. 消えていますよ。

❾ a. 閉まってる。
　b. 消えてる。
　c. 落ちてる。

❿ a. 落ちてますよ。
　b. 消えていますよ。
　c. 閉まっていますよ。

⓫ a. 消えています。
　b. 開いています。
　c. ついていますよ。

⓬ a. 閉まっていますよ。
　b. 落ちていますよ。
　c. 消えていますよ。

❺ a. It is closed.　　　　　　a. Đang đóng.
　b. It has dropped.　　　　b. Đang rơi rồi.
　c. It is turned off.　　　　c. Đang tắt.
　a. 关闭着。
　b. 掉下来。
　c. 灭了。

❻ a. It is turned on, isn't it?　a. Đang bật nhỉ.
　b. It is open, right?　　　b. Đang mở nhỉ.
　c. It is turned off, isn't it?　c. Đang tắt nhỉ.
　a. 电源开着呢。
　b. 开着呢。
　c. 电源关着呢。

❼ a. It is open, isn't it?　　　a. Đang mở nhỉ.
　b. It is turned on, isn't it?　b. Đang bật nhỉ.
　c. It has dropped, hasn't it?　c. Đang rơi nhỉ.
　a. 开着呢。
　b. 电源开着呢。
　c. 掉下来了。

❽ a. It sure is turned on.　　a. Đang bật đó.
　b. It sure is closed.　　　b. Đang đóng đó.
　c. It sure is turned off.　　c. Đang tắt đó.
　a. 电源开着呢。
　b. 关闭着呢。
　c. 画面消失了。

❾ a. It is closed.　　　　　　a. Đang đóng.
　b. It is turned off.　　　　b. Đang tắt.
　c. It has dropped.　　　　c. Đang rơi rồi.
　a. 关闭着呢。
　b. 消失了。
　c. 掉下来了。

❿ a. It has sure dropped.　　a. Đang rơi đó.
　b. It sure is turned off.　　b. Đang tắt đó.
　c. It sure is closed.　　　c. Đang đóng đó.
　a. 掉下来了。
　b. 不见了。
　c. 关闭着呢。

⓫ a. It went out　　　　　　a. Đang tắt.
　b. It is open.　　　　　　b. Đang mở.
　c. It is lit.　　　　　　　c. Đang bật đó.
　a. 火灭了。
　b. 开着呢。
　c. 火着着呢。

⓬ a. It sure is closed.　　　a. Đang đóng đó.
　b. It has sure dropped.　　b. Đang rơi rồi đó.
　c. It sure is turned off.　　c. Đang tắt đó.
　a. 关闭着呢。
　b. 掉下来了。
　c. 不见了。

32 まだ買（か）っていません

\わくわく/

I

「〜ていません」「〜てません」が入（はい）っているときは〇、入（はい）っていないときは×を書（か）いてください。

If the speaker says either "〜ていません" or "〜てません", draw a circle in the blank. If not, draw a cross. ／听到句子中有「〜ていません」「〜てません」时，请画〇，没有时，请画×。／ Hãy viết O khi câu có cấu trúc "〜ていません" hoặc "〜てません", viết × khi không có các cấu trúc đó.

089 例
① もうプレゼントを買（か）いました。
② まだ読（よ）んでいません。

① I have already bought a present.
已经买了礼物。
Tôi đã mua quà rồi.

② I have not read it yet.
还没读呢。
Tôi vẫn chưa đọc.

090 練習

① もう忘（わす）れました。
② まだ食（た）べていません。
③ まだ始（はじ）まっていません。
④ もう試験（しけん）は終（お）わりました。
⑤ 3時（さんじ）のバスに乗（の）ります。
⑥ 宿題（しゅくだい）をまだしてません。
⑦ きのうは学校（がっこう）に行（い）きませんでした。
⑧ サリーさんは来年（らいねん）日本（にほん）に来（き）ますか。
⑨ 田中（たなか）さんはクラスにまだ来（き）てません。
⑩ 田中（たなか）さんは先週（せんしゅう）もクラスに来（き）ませんでした。

① I have already forgotten.
已经忘了。
Tôi đã quên rồi.

② I have not eaten yet.
还没吃呢。
Tôi vẫn chưa ăn.

③ It has not started yet.
还没开始呢。
Vẫn chưa bắt đầu.

④ The exam has already finished.
考试已经结束了。
Kì thi đã kết thúc rồi.

⑤ I will ride a three o'clock bus.
乘坐3点的公共汽车。
Tôi sẽ lên chuyến xe buýt lúc 3 giờ.

⑥ I have not done the homework yet.
作业还没写呢。
Tôi vẫn chưa làm bài tập.

⑦ I did not go to school yesterday.
昨天没去学校。
Ngày hôm qua tôi đã không tới trường.

⑧ Will Sally-san come to Japan next year?
沙莉明年来日本吗。
Cô Sally năm sau sẽ tới Nhật phải không?

⑨ Tanaka-san has not come to class yet.
田中还没到班级。
Cô Tanaka vẫn chưa tới lớp học.

⑩ Tanaka-san did not come to class last week either.
田中上周也没来上课。
Cô Tanaka tuần trước cũng đã không tới lớp học.

わくわく II

「〜ていない」「〜てない」が入っているときは〇、入っていないときは×を書いてください。

If the speaker says either "〜ていない" or "〜てない", draw a circle in the blank. If not, draw a cross. ／听到句子中有「〜ていない」「〜てない」时，请画〇，没有时，请画×。／ Hãy viết 〇 khi câu có cấu trúc "〜ていない" hoặc "〜てない", viết × khi không có các cấu trúc đó.

🔊 091

例　男：もうプレゼント、買った？
　　女：ううん、まだ買ってない。

男：Have you already bought a present yet?
女：No, I haven't bought it yet.
男：礼物，已经买了？
女：没，还没买呢。
男：Cô đã mua quà chưa?
女：Chưa, tôi vẫn chưa mua.

🔊 092

 練習

❶ 男：もう忘れた。
　 女：えっ、忘れたの？

❷ 男：もうご飯、食べた？
　 女：いや、まだ食べてない。

❸ 男：パーティー、もう始まった？
　 女：いや、まだ始まっていないよ。

❹ 男：もう試験は終わった？
　 女：うん、きのう終わったよ。

❺ 男：何時のバスに乗る？
　 女：3時のバスに乗る。

❻ 男：宿題はした？
　 女：まだしてない。

❼ 男：田中さんはクラスにまだ来てないね。
　 女：田中さんは先週も来なかったよ。

❶ 男：I have already forgotten.
　 女：Oh no! Have you forgotten?
　 男：已经忘了。
　 女：诶，全忘了？
　 男：Tôi đã quên rồi.
　 女：Hả, đã quên rồi à?

❷ 男：Have you eaten yet?
　 女：No, I haven't eaten yet.
　 男：吃了吗？
　 女：没呢，还没吃。
　 男：Cô đã ăn cơm rồi à?
　 女：Chưa, tôi vẫn chưa ăn.

❸ 男：Has the party started yet?
　 女：No, it hasn't started yet.
　 男：宴会，开始了？
　 女：没呢，还没开始呢。
　 男：Buổi tiệc đã bắt đầu chưa?
　 女：Chưa, vẫn chưa bắt đầu đâu.

❹ 男：Has the exam finished yet?
　 女：Yes, it finished yesterday.
　 男：考试结束了？
　 女：嗯，昨天考完了。
　 男：Kì thi đã kết thúc chưa?
　 女：Ừ, kết thúc hôm qua rồi.

❺ 男：Which bus are you going to ride?
　 女：I am going to ride on a three o'clock bus.
　 男：坐几点的车？
　 女：3点的。
　 男：Sẽ bắt chuyến buýt lúc mấy giờ?
　 女：Sẽ bắt chuyến xe buýt 3 giờ.

❻ 男：Have you done your homework?
　 女：No, I haven't done it yet.
　 男：作业写了？
　 女：还没呢。
　 男：Cô đã làm bài tập về nhà chưa?
　 女：Tôi vẫn chưa làm.

❼ 男：Tanaka-san hasn't come to class yet, has he?
　 女：He didn't come to class last week either.
　 男：田中还没来上课呢。
　 女：田中上周也没来啊。
　 男：Cô Tanaka vẫn chưa tới lớp nhỉ.
　 女：Cô Tanaka tuần trước cũng đã không tới đấy.

III 「～ていません」「～てません」「～ていない」「～てない」が入っているときは○、入っていないときは×を書いてください。

If the speaker says "～ていません", "～てません", "～ていない" or "～てない", draw a circle in the blank. If not, draw a cross. ／听到句子中有「～ていません」「～てません」「～ていない」「～てない」时，请画○，没有时，请画×。／ Hãy viết O khi câu có cấu trúc "～ていません", "～てません", "～ていない" hoặc "～てない", viết × khi không có các cấu trúc đó.

093

例 男：会議はもう終わりましたか。
女：いいえ、まだ終わってません。

男：Has the meeting finished yet?
女：No, it hasn't finished yet.
男：会议已经结束了吗？
女：还没呢。还没结束呢。
男：Cuộc họp đã kết thúc rồi à?
女：Chưa, vẫn chưa kết thúc.

094

練習

❶ 男：この本、読みましたか。
女：いいえ、まだぜんぜん読んでいません。

❶ 男：Have you read this book?
女：No, I haven't read it at all yet.
男：这本书，看了吗？
女：没呢，还一点儿都没看呢。
男：Cô đã đọc quyển sách này rồi à?
女：Chưa, tôi vẫn chưa đọc chút nào.

❷ 男：これ、もう読みましたか。
女：ええ、もう読みました。

❷ 男：Have you read this yet?
女：Yes, I have already.
男：这个，已经看了吗？
女：嗯，已经看过了。
男：Cái này, cô đã đọc rồi à?
女：Ừ, tôi đã đọc rồi.

❸ 男：きのうのサッカー、見た？
女：うん、見た、見た。おもしろかったね。

❸ 男：Did you watch the soccer game yesterday?
女：Yeah, I did. It was fun, wasn't it?
男：昨天的做亲比赛，看了吗？
女：嗯，看了，看了，太有意思了。
男：Trận bóng đá hôm qua, cô có xem không?
女：Ừ, có xem, có xem. Hay nhỉ.

❹ 男：昼ご飯、もう食べた？
女：ううん、まだ食べてない。

❹ 男：Have you eaten lunch yet?
女：No, I haven't eaten yet.
男：午饭，吃了吗？
女：还没呢。
男：Cô đã ăn trưa rồi à?
女：Chưa, tôi vẫn chưa ăn.

❺ 男：晩御飯、いっしょに食べませんか。
女：ああ、もう食べたんです。

❺ 男：Would you like to have dinner together?
女：Oh, I have already eaten.
男：晚饭一起吃吧！
女：哎呀，我已经吃过了。
男：Mình cùng đi ăn tối chứ?
女：À, tôi đã ăn tối rồi.

❻ 男：申し込みのメールもう出しましたか。
女：いいえ、まだ出してません。

❻ 男：Have you emailed the application yet?
女：No, I haven't emailed it yet.
男：申请的邮件已经发出了吗？
女：还没呢。
男：Cô đã gửi thư đăng kí rồi à?
女：Chưa, tôi vẫn chưa gửi.

❼ 男：山下さんにメール出した？
女：うん、きのう出したよ。

❼ 男：Did you email Yamashita-san?
女：Yeah, I did yesterday.
男：给山下发邮件了吗？
女：嗯，昨天已经发了。
男：Cô đã gửi thư cho anh/cô Yamashita chưa?
女：Ừ, hôm qua tôi gửi rồi đấy.

❽ 男：田中さんに電話した？
　女：いいえ、まだです。今からします。

❾ 男：私の名前、もう忘れたんですか。
　女：いいえ、忘れていません。

❿ 男：もう図書館の本、返しましたか。
　女：まだ返してないんです。

⓫ 男：レストランの予約、きょうするんですか。
　女：予約、もうしましたよ。きのうしたんです。

⓬ 男：薬、飲んだ？
　女：あっ、いけない。飲んでない。

⓭ 男：まだ宿題、終わってないんですか。
　女：ええ、まだ終わってないんです。

⓮ 男：まだ、始まってないんですか。
　女：ええ、でも、もうすぐ始まります。

❽ 男：Have you telephoned Tanaka-san?
　女：No, not yet. I will telephone her now.
　男：给田中打电话了吗？
　女：还没呢。现在就打。
　男：Cô đã gọi điện cho cô Tanaka chưa?
　女：Vẫn chưa. Bây giờ tôi sẽ gọi.

❾ 男：Have you already forgotten my name?
　女：No, I haven't forgotten.
　男：我的名字你已经忘记了吧？
　女：没有啊。记着呢。
　男：Tên của tôi, cô quên rồi sao?
　女：Chưa, tôi vẫn chưa quên.

❿ 男：Have you returned the library book yet?
　女：No, I haven't returned it yet.
　男：图书馆的书已经还了吧？
　女：还没呢。
　男：Cô đã trả lại sách cho thư viện rồi à?
　女：Tôi vẫn chưa trả đâu.

⓫ 男：Are you going to make a reservation for a restaurant today?
　女：I already did. I did it yesterday.
　男：饭店已经预约了吗？
　女：嗯，已经预约了。昨天预约的。
　男：Hôm nay cô sẽ đặt chỗ nhà hàng chứ？
　女：Tôi đã đặt chỗ rồi đấy. Hôm qua tôi đặt rồi.

⓬ 男：Have you taken the medication?
　女：Oh, no. I haven't taken it yet.
　男：药，吃了吗？
　女：啊！糟了，还没吃呢。
　男：Đã uống thuốc chưa?
　女：A, thôi chết. Tôi vẫn chưa uống.

⓭ 男：Haven't you finished your homework yet?
　女：No, I haven't finished yet.
　男：作业还没写完呢？
　女：嗯，还没写完。
　男：Bài về nhà vẫn chưa làm xong à?
　女：Ừ, tôi vẫn chưa xong.

⓮ 男：Hasn't it started yet?
　女：No, but it will start soon.
　男：还没开始呢？
　女：嗯，不过马上就要开始了。
　男：Vẫn chưa bắt đầu phải không？
　女：Ừ, nhưng mà sắp bắt đầu rồi.

33 ペン、持っていますか

I

aかbか、続きを選んでください。その後で、確かめてください。
Select a or b, then confirm your answer. ／请听录音后，选择 a, b。然后确认答案。／ Hãy chọn phương án a hoặc b. Sau đó, hãy kiểm tra lại.

例 095
男：ペン、持っていますか。
女：いいえ、▼持っていません。

男：Do you have a pen?
女：No, I don't.
男：有钢笔吗？
女：不，没有。
男：Cô có (mang theo) bút không?
女：Không, tôi không có/không mang theo.

練習 096

❶ 男：サリーさんは結婚していますか。
　 女：いいえ、▼していません。

❷ 男：いつ結婚するんですか。
　 女：来月▼するんです。

❸ 男：このレストラン、知っていますか。
　 女：いえ、▼知りません。

❹ 男：このレストラン、知ってる？
　 女：うん、▼知ってる。

❺ 男：今、どこに住んでいるんですか。
　 女：東京に▼住んでいます。

❻ 男：大学の寮に住んでるの？
　 女：ううん。寮には▼住んでない。

❶ 男：Is Sally-san married?
　 女：No, she isn't.
　 男：沙莉结婚了吗？
　 女：没，没结婚。
　 男：Cô Sally đã kết hôn rồi à?
　 女：Chưa, vẫn chưa kết hôn.

❷ 男：When are you going to get married?
　 女：I am going to get married next month.
　 男：什么时候结婚？
　 女：下月结婚。
　 男：Khi nào cô kết hôn thế?
　 女：Tháng sau, sẽ kết hôn.

❸ 男：Do you know this restaurant?
　 女：No, I don't know.
　 男：这家饭店你知道？
　 女：不，不知道啊。
　 男：Cô có biết nhà hàng này không?
　 女：Không, tôi không biết.

❹ 男：Do you know this restaurant?
　 女：Yeah, I know.
　 男：这家饭店你知道啊。
　 女：嗯，知道。
　 男：Cô biết nhà hàng này không?
　 女：Ừ, tôi có biết.

❺ 男：Where do you live?
　 女：I live in Tokyo.
　 男：你现在住在哪儿？
　 女：现在住在东京。
　 男：Bây giờ, cô đang sống ở đâu vậy?
　 女：Tôi đang sống ở Tokyo.

❻ 男：Do you live in the university dormitory?
　 女：No, I don't live in the dormitory.
　 男：你住在大学的宿舍里吗？
　 女：不，我不住在宿舍。
　 男：Cô đang sống ở kí túc của trường đại học à?
　 女：Không, tôi không đang sống ở kí túc.

❼ 男：パスポート、持っていますか。
　女：はい、▼持ってます。

❽ 男：クレジットカード、持っていますか。
　女：いいえ、▼持っていません。

❼ 男：Do you have a passport?
　女：Yes, I have it.
　男：你有护照吗？
　女：嗯，有。
　男：Cô có (mang) hộ chiếu chứ?
　女：Vâng, tôi có (mang).

❽ 男：Do you have a credit card?
　女：No, I don't.
　男：你有信誉卡吗？
　女：不，我没有信誉卡。
　男：Cô có đang mang theo thẻ tín dụng không?
　女：Không, tôi không mang.

II

女の人は何と言うでしょうか。表の動詞から選んで（　）に正しい形を書いてください。その後で、確かめてください。

What will a woman say? Select the appropriate verb from the chart. Then confirm your answer. ／女生在说什么？请从动词表中选择动词，然后在（ ）中填写正确形式。最后，确认答案。／ Nhân vật nữ nói gì? Hãy chọn động từ thích hợp từ bảng dưới đây thể và viết thể đúng của động từ đó vào trong ngoặc. Sau đó, hãy kiểm tra lại.

例 097

男：ドアが閉まっていますね。
女：だれが▼
　　だれが（閉めた）のでしょうか。

男：The door is closed, isn't it?
女：I wonder who closed it.

男：门关着呢。
女：谁关的呢？

男：Cửa đang đóng rồi nhỉ.
女：Ai đã đóng cửa vậy nhỉ?

練習 098

❶ 男：電気がついてますね。
　 女：だれが▼
　　　だれが（つけた）のでしょうか。

❷ 男：あれ、ボールペンが落ちてる。
　 女：だれが▼
　　　だれが（落とした）のでしょうか。

❸ 男：教室のドアが開いてますね。
　 女：さっき、私が▼
　　　さっき、私が（開け）ました。

❹ 男：電気が消えてますね。
　 女：ええ、私が▼
　　　ええ、私が（消し）ました。

❺ 男：この部屋、あたたかいですね。
　 女：だんぼうが▼
　　　だんぼうが（ついて）いますよ。

❶ 男：The light is on, isn't it?
　 女：I wonder who turned it on.

　 男：灯开着呢。
　 女：谁开的呢？

　 男：Điện đang bật rồi nhỉ.
　 女：Ai đã bật nhỉ?

❷ 男：Look! There is a ballpoint pen (that has been dropped.)
　 女：I wonder who dropped it.

　 男：诶？那儿掉了一支圆珠笔。
　 女：哦，谁掉的呢？

　 男：Ồ, cái bút bi rơi rồi.
　 女：Ai đã đánh rơi vậy nhỉ?

❸ 男：The classroom door is open, isn't it?
　 女：I opened it a little while ago.

　 男：教师的门开着呢。
　 女：刚才我打开的。

　 男：Cửa phòng học đang mở nhỉ.
　 女：Lúc nãy tôi đã mở đấy.

❹ 男：The light is off, isn't it?
　 女：Yes, I turned it off.

　 男：灯关着呢。
　 女：嗯，我关的。

　 男：Điện đang tắt rồi nhỉ.
　 女：Ừ, tôi đã tắt đấy.

❺ 男：This room is warm, isn't it?
　 女：Oh, the heater is on.

　 男：这个房间很暖和啊。
　 女：嗯，暖风开着呢。

　 男：Căn phòng này ấm nhỉ.
　 女：Vì máy sưởi đang bật đấy.

❻ 男：この部屋、寒いですね。
　 女：あ、窓が▼
　　　 あ、窓が（開いて）います。

❼ 男：銀行に行きたいんですが。
　 女：今6時だから、銀行は▼
　　　 今6時だから、銀行は（閉まって）いますよ。

❽ 男：この公園、あまりきれいじゃありませんね。
　 女：ええ、ごみがいっぱい▼
　　　 ええ、ごみがいっぱい（落ちて）いますね。

---

❻ 男：This room is cold, isn't it?
　 女：Look, the window is open.
　 男：这个房间很冷啊。
　 女：啊！窗子开着呢。
　 男：Phòng này lạnh thế nhỉ.
　 女：À, cửa sổ đang mở.

❼ 男：I would like to go to a bank.
　 女：Banks are closed, since it is six o'clock now.
　 男：我想去银行。
　 女：现在已经6点了，银行关门了。
　 男：Tôi muốn đi tới ngân hàng...
　 女：Bây giờ 6 giờ rồi nên ngân hàng đóng cửa rồi đấy.

❽ 男：This park is not that clean, is it?
　 女：Yes, a lot of trash is on the ground.
　 男：这个公园不太干净啊。
　 女：嗯，到处都掉着垃圾。
　 男：Công viên này không được sạch sẽ lắm nhỉ.
　 女：Ừ, rác rưởi rơi đầy ra nhỉ.

34 先生はいつ日本にいらっしゃいましたか

\わくわく/

先生と学生が話しています。学生が使っている尊敬語はどの動詞ですか。下から選んで、書いてください。

A student and a teacher are talking, and the student is using the honorific verb forms. Fill in the blanks with the dictionary form of the verbs used by the students in the conversation. Choose from the verbs listed below. ／老师和学生在谈话。学生所使用敬语时那个动词？请从下列 [ ] 中选择。／Trong đoạn hội thoại, giáo viên và sinh viên đang nói chuyện. Động từ kính ngữ mà sinh viên sử dụng là động từ nào? Hãy chọn từ các động từ dưới đây rồi viết vào chỗ trống.

◀)) 099

例　学生：グリーン先生、先生はいつ日本にいらっしゃいましたか。
　　先生：今年の4月です。

学生：Green-sensee, when did you come to Japan?
先生：I came in April this year.
学生：格林老师，您什么时候来日本的？
先生：今年的四月。
学生：Thầy Green, thầy đã tới Nhật khi nào ạ?
先生：Tôi đã tới Nhật vào tháng 4 năm nay.

◀)) 100

練習

❶ 学生：先生、あしたは何時まで研究室にいらっしゃいますか。
　　先生：あしたですか。1時ごろまでいますよ。その後、会議がありますから。

❷ 学生：先生は休みの日、何をなさいますか。
　　先生：うーん、そうですね、子どもといっしょにテニスとか。

❸ 学生：先生、ここから駅までは、バスでいらっしゃいますか。
　　先生：いや、車です。

❹ 学生：先生はお酒をめしあがりますか。
　　先生：いえ、ぜんぜんだめなんですよ。

❶ 学生：Professor, till what time will you be in your office tomorrow?
　　先生：Tomorrow? I will be in my office till around one o'clock because I have a meeting afterwards.
　　学生：老师，明天您几点钟来研究室呢？
　　先生：明天吗？明天1点钟之前一直在研究室，然后，要去开会。
　　学生：Thầy/cô ơi, ngày mai thầy/cô ở phòng nghiên cứu tới mấy giờ ạ?
　　先生：Ngày mai à. Tới tầm 1 giờ đó. Vì sau đó tôi có cuộc họp.

❷ 学生：Professor, what do you do on holidays?
　　先生：Well, let me see. I do something like playing tennis with my child.
　　学生：老师，您休息的时候，做什么呢？
　　先生：呵呵，是啊，休息的时候和孩子们打网球。
　　学生：Thầy/cô vào ngày nghỉ thì làm gì ạ?
　　先生：Ừ xem nào. Ví dụ cùng chơi tennis với con.

❸ 学生：Professor, do you go to the station by bus from here?
　　先生：No, I drive a car.
　　学生：老师，您从这儿到车站，坐公共汽车吗？
　　先生：不，我开车。
　　学生：Thầy/cô đi xe bus từ đây tới ga ạ?
　　先生：Không, đi bằng ô tô.

❹ 学生：Professor, do you drink alcoholic beverages?
　　先生：No, I can't drink at all.
　　学生：老师，您喝酒吗？
　　先生：不喝，滴酒不沾啊。
　　学生：Thầy/cô có uống rượu không ạ?
　　先生：Không, tôi tuyệt nhiên không uống được.

❺ 学生：先生はこの映画をご覧になりましたか。
　先生：ええ、おもしろい映画ですね。

❻ 学生：先生は朝、パンとごはんのどちらをめしあがりますか。
　先生：いつもパンです。

❼ 学生：先生、今、何ておっしゃったんですか。
　先生：来週、試験をします。

❺ 学生：Professor, have you seen this movie?
　先生：Yes, it is an interesting movie.
　学生：老师，这个电影您看了吗？
　先生：看了，很有意思。
　学生：Thầy/cô đã xem phim này chưa ạ?
　先生：Ừ rồi, bộ phim hay nhỉ.

❻ 学生：Professor, which one do you eat in the morning, bread or rice?
　先生：I always eat bread.
　学生：老师，您的早餐是米饭还是面包？
　先生：每天几乎都是面包。
　学生：Thầy/cô ăn bánh mì hay cơm buổi sáng ạ?
　先生：Lúc nào cũng là bánh mì.

❼ 学生：Professor, what did you say just now?
　先生：I will give you an exam next week.
　学生：老师，您刚才说什么？
　先生：我说了下周考试。
　学生：Thầy/cô vừa nói gì vậy ạ?
　先生：Tuần sau sẽ có bài thi.

35 先生はすぐいらっしゃいますよ

\ わくわく /

事務室の人と学生が先生について話しています。使っている尊敬語はどの動詞ですか。下から選んで書いてください。

A student and a clerk at the school are talking about the teacher. The student is using the honorific verb. Fill in the blanks with the dictionary form of the verbs used by the students in the conversation. Choose from the verbs listed below. ／办公室人员和学生在谈论老师。他们使用的敬语是哪个动词？请从下面◯中选择。／Trong đoạn hội thoại, giáo vụ và sinh viên đang nói chuyện về giáo viên. Động từ kính ngữ được sử dụng là thể kính ngữ của động từ nào? Hãy chọn từ các động từ dưới đây rồi viết vào chỗ trống.

例

学生：あのう、木村先生は会議ですか。
事務員：いや。すぐいらっしゃいますよ。

学生：Err, is Kimura-sensee in a meeting?
事務員：No. He is coming soon.
学生：对不起，木村老师正在开会吗？
事務員：不，老师马上就来。
学生：Cô Kimura đang họp ạ?
事務員：Không đâu, nhưng mà cô sẽ tới ngay thôi.

練習

❶ 学生：あのう、木村先生は今、研究室ですか。
事務員：いや、研究室にはいらっしゃいませんよ。今、会議中ですから。

❷ 学生：すみません。木村先生はきょうお休みですか。
事務員：ええ、かぜで休むとおっしゃっていました。

❸ 学生：木村先生はどちらですか。
事務員：図書館で仕事をなさっています。

❹ 学生：きょうのパーティーは、ビール20本でいいですか。
事務員：ああ、そうですね。先生方もめしあがりますから。

❶ 学生：Err, is Kimura-sensee in his office?
事務員：No, he is not there, because he is in a meeting now.
学生：对不起，木村老师在研究室吗？
事務員：不，没在研究室。正在开会呢。
学生：Cô Kimura bây giờ đang trong phòng nghiên cứu ạ?
事務員：Không, cô ấy không ở trong phòng nghiên cứu đâu. Bây giờ đang có cuộc họp mà.

❷ 学生：Excuse me. Is Kimura-sensee off today?
事務員：Yes, he said he was going to take a day off because of a cold.
学生：对不起，木村老师今天休息吗？
事務員：对，他说今天感冒了，休息。
学生：Xin lỗi, cô Kimura hôm nay nghỉ ạ?
事務員：Đúng vậy, cô nói là bị cảm nên nghỉ.

❸ 学生：Where is Kimura-sensee?
事務員：He is working in the library.
学生：木村老师在哪儿？
事務員：他正在图书馆工作呢。
学生：Cô Kimura đang ở đâu ạ?
事務員：Cô ấy đang làm việc ở thư viện.

❹ 学生：Is it enough to have twenty bottles of beer for today's party?
事務員：That's good, because professors will also drink.
学生：今天的宴会，有 20 瓶啤酒可以吗？
事務員：嗯，可以。老师们也喝呢。
学生：Buổi tiệc hôm nay 20 chai bia có đủ không ạ?
事務員：À, ù được. Vì các thầy cô cũng uống nữa.

❺ 学生：あのう、木村先生はおすしをめしあがりますか。

事務員：ええ、よくめしあがりますよ。

❻ 学生：あのう、木村先生はどちらでしょうか。

事務員：木村先生？　あ、あそこです。テレビをご覧になっていますよ。

❼ 学生：今週は、木村先生の授業、ないんでしょうか。

事務員：ええ、会議があるので、アメリカへいらっしゃったんです。

❺ 学生：Excuse me. Does Kimura-sensee eat sushi?
事務員：Yes, he eats it often.

学生：木村老师吃寿司吗？
事務員：嗯，经常吃。

学生：Cô Kimura có ăn sushi không ạ?
事務員：Có, cô ấy hay ăn đó.

❻ 学生：Where is Kimura-sensee?
事務員：Kimura-sensee? He is over there. He is watching TV.

学生：对不起，木村老师在哪儿？
事務員：哦，在那儿。正在那儿看电视呢。

学生：Xin lỗi, cô Kimura đang ở đâu ạ?
事務員：Cô Kimura à. À, ở đằng kia. Cô ấy đang xem tivi đấy.

❼ 学生：Isn't there Kimura-sensee's class this week?
事務員：No, he went to USA, because he has a meeting to attend.

学生：这周木村老师的课休息？
事務員：嗯，因为有会议，去美国了。

学生：Tuần này không có giờ học của cô Kimura phải không ạ?
事務員：Đúng vậy, vì có cuộc họp nên cô ấy đã đi Mỹ rồi.

36 おなかがいたいんです

\わくわく/

どこがよくないですか。適当なものを選んでください。
Where does it hurt? Select the appropriate answer. ／哪儿不舒服？请选择正确答案。／ Bệnh nhân đau chỗ nào? Hãy chọn phương án thích hợp.

🔊 103

例
医者：どうしましたか。
患者：あの、おなかが痛いんです。

医者：Is there anything wrong with you?
患者：Ur, I have a stomach ache.

医者：怎么了？
患者：有点儿肚子痛。

医者：Bạn bị sao vậy?
患者：Tôi bị đau bụng ạ.

🔊 104

練習

❶ 医者：どうしましたか。
　 患者：ころんで、手にけがをしたんです。

❷ 医者：どうしたんですか。
　 患者：ちょっと鼻が。

❸ 医者：どうしましたか。
　 患者：きのうから、右の耳が痛いんですけど。

❹ 医者：どうしたんですか。
　 患者：きのうの夜から、頭が痛いんです。

❺ 医者：どうなさいましたか。
　 患者：のどが痛いんです。

❻ 医者：どうしました？
　 患者：自転車に乗っていて、ころんで足にけがをしたんです。

❶ 医者：Is there anything wrong with you?
　 患者：I fell and injured my hand.
　 医者：怎么了？
　 患者：摔了一跤，手受伤了。
　 医者：Bạn bị sao vậy?
　 患者：Tôi bị ngã nên bị thương ở tay ạ.

❷ 医者：What's wrong?
　 患者：Something is wrong with my nose.
　 医者：怎么了？
　 患者：我的鼻子……
　 医者：Bạn bị sao vậy?
　 患者：Mũi tôi hơi (có vấn đề)...

❸ 医者：Is there anything wrong with you?
　 患者：I have a pain on my right ear since yesterday.
　 医者：怎么了？
　 患者：从昨天开始，我的右耳有点痛。
　 医者：Bạn bị sao vậy?
　 患者：Từ hôm qua tai phải của tôi bị đau ạ.

❹ 医者：Is there anything wrong with you?
　 患者：I've had a headache since last night.
　 医者：怎么了？
　 患者：昨天晚上开始头痛。
　 医者：Bạn bị sao vậy?
　 患者：Từ tối qua tôi đau đầu ạ.

❺ 医者：Is there anything wrong with you?
　 患者：I have a sore throat.
　 医者：怎么了？
　 患者：嗓子痛。
　 医者：Bạn bị sao vậy?
　 患者：Tôi đau họng ạ.

❻ 医者：What's wrong?
　 患者：I was riding a bicycle. I fell, and got injured on my leg.
　 医者：怎么了？
　 患者：骑自行车，摔了，脚受伤了。
　 医者：Bạn bị sao vậy?
　 患者：Tôi đi xe đạp rồi bị ngã nên chân đã bị thương ạ.

❼ 医者：どうしましたか。
　患者：この、この歯が痛いんです。

❽ 医者：どうしましたか。
　患者：重い物を持って、腰が痛くなったんです。

❾ 医者：どうしましたか。
　患者：コンピューターを使っていて、肩が痛くなったんです。

❼ 医者：Is there anything wrong with you?
　患者：This tooth aches.
　医者：怎么了?
　患者：这颗牙好痛。
　医者：Bạn bị sao vậy?
　患者：Cái răng này của tôi bị đau ạ.

❽ 医者：What's wrong?
　患者：I carried a heavy thing, and my lower back started aching.
　医者：怎么了?
　患者：拿重行李了，腰痛。
　医者：Bạn bị sao vậy?
　患者：Vì tôi mang vật nặng nên đau lưng ạ.

❾ 医者：What's wrong?
　患者：I was using a computer and got a pain on my shoulder.
　医者：怎么了?
　患者：一直使用计算机，所以肩膀好痛。
　医者：Bạn bị sao vậy?
　患者：Tôi dùng máy tính nên vai trở nên đau ạ.

37 かぜをひいたので病院へ行きます

> 会話を聞いてください。その後で、適当な文をa、b、cから選んでください。
>
> Listen to the conversation. Then select the appropriate answer: a, b or c. ／请听录音对话，然后从a，b，c中选择正确答案。／Hãy nghe đoạn hội thoại. Sau đó hãy chọn câu trả lời thích hợp từ a, b, c.

例 105

女：鈴木さん、どこへ行くの。
男：ああ、病院。ちょっとかぜ、ひいたんだ。

a．鈴木さんは病院へ行ったのでかぜをひきました。
b．鈴木さんは病院へ行ったのでよくなりました。
c．鈴木さんはかぜをひいたので病院へ行きます。

女：Hi Suzuki-san, where are you going?
男：To the hospital. I caught a cold.
 a. Suzuki-san caught a cold, because he went to the hospital.
 b. Suzuki-san got better, because he went to the hospital.
 c. Suzuki-san is going to the hospital, because he caught a cold.

女：铃木，你去哪儿？
男：啊，医院。稍微有点儿感冒了。
 a. 铃木去了医院，所以感冒了。
 b. 铃木去了医院，所以好多了。
 c. 铃木患了感冒，所以去医院。

女：Anh Suzuki, anh đi đâu thế?
男：À, tôi đi bệnh viện. Bị cảm chút.
 a. Anh Suzuki vì tới bệnh viện nên đã bị cảm.
 b. Anh Suzuki vì tới bệnh viện nên đã khoẻ hơn.
 c. Anh Suzuki vì bị cảm nên đi tới bệnh viện.

練習 106

❶ 女：鈴木さん、どうして宿題をしなかったんですか。
男：すみません。きのうは熱があったんです。

a．鈴木さんは熱があったので宿題をしませんでした。
b．鈴木さんは宿題をしたので熱がありました。
c．鈴木さんは熱があったので宿題をしました。

❶ 女：Suzuki-san, why didn't you do your homework?
男：I'm sorry. I had a fever yesterday.
 a. Suzuki-san did not do his homework, because he had a fever.
 b. Suzuki-san had a fever, because he did his homework.
 c. Suzuki-san did his homework, because he had a fever.

男：铃木，你为什么没做作业呢？
女：对不起，昨天晚上我发烧了。
 a. 铃木发烧了，所以没做作业。
 b. 铃木做作业了，所以发烧了。
 c. 铃木发烧了，所以做作业了。

男：Anh Suzuki, sao anh không làm bài tập thế?
女：Xin lỗi, hôm qua tôi bị sốt.
 a. Anh Suzuki vì bị sốt nên đã không làm bài tập.
 b. Anh Suzuki vì làm bài tập nên đã bị sốt.
 c. Anh Suzuki vì bị sốt nên đã làm bài tập.

❷ 男：サリーさん、国へ帰るんですか。
女：ええ、母が病気なんです。

　a．サリーさんは国へ帰るので、お母さんが病気です。
　b．サリーさんはお母さんが病気なので国へ帰ります。
　c．サリーさんはお母さんが病気なので国へ帰りません。

❸ 女：鈴木さん、本は買いましたか。
男：いえ、まだです。本屋が休みだったので。

　a．鈴木さんは、本を買ったので本屋が休みでした。
　b．鈴木さんは、本屋が休みだったので本を買いました。
　c．鈴木さんは、本屋が休みだったので本を買いませんでした。

❹ 女：鈴木さん、昼ご飯を食べないんですか。
男：ええ、食欲がないんです。

　a．鈴木さんは食欲がないので食べません。
　b．鈴木さんは食欲があったので食べました。
　c．鈴木さんは食べたので食欲がありません。

❷ 男：Sally-san, are you going back to your home country?
女：Yes, my mother is sick.
　a. Sally-san's mother is sick, because Sally-san is going back to her home country.
　b. Sally-san is going back to her home country, because her mother is sick.
　c. Sally-san is not going back to her home country, because her mother is sick.

男：沙莉要回国?
女：嗯，妈妈病了。
　a. 沙莉回国，所以妈妈病了。
　b. 沙莉妈妈病了，所以回国。
　c. 沙莉妈妈病了，所以不回国。

女：Cô Sally, cô về nước à?
男：Vâng, vì mẹ tôi ốm.
　a. Cô Sally vì về nước nên mẹ ốm.
　b. Cô Sally vì mẹ bị ốm nên về nước.
　c. Cô Sally vì mẹ bị ốm nên không về nước.

❸ 女：Suzuki-san, did you buy the book?
男：No, not yet, because the bookstore was closed.
　a. The bookstore was closed, because Suzuki-san bought the book.
　b. Suzuki-san bought the book, because the bookstore was closed.
　c. Suzuki-san did not buy the book, because the bookstore was closed.

女：鈴木，买书了吗?
男：没呢。书店休息。
　a. 铃木买书了，所以书店休息。
　b. 书店休息，所以铃木买书了。
　c. 书店休息，所以铃木没买书。

女：Anh Suzuki, anh đã mua sách chưa?
男：Tôi vẫn chưa. Vì hiệu sách đã nghỉ.
　a. Anh Suzuki vì đã mua sách nên hiệu sách đã nghỉ.
　b. Anh Suzuki vì hiệu sách nghỉ nên đã mua sách.
　c. Anh Suzuki vì hiệu sách nghỉ nên đã không mua sách.

❹ 女：Suzuki-san, are you not going to have lunch?
男：No, I don't have an appetite.
　a. Suzuki-san is not going to have lunch, because he doesn't have an appetite.
　b. Suzuki-san had lunch, because he had an appetite.
　c. Suzuki-san doesn't have an appetite, because he had lunch.

女：铃木，不吃午饭吗?
男：嗯，没有食欲。
　a. 铃木没有食欲，所以不吃。
　b. 铃木有食欲，所以吃了。
　c. 铃木吃过了，所以没有食欲。

女：Anh Suzuki không ăn trưa à?
男：Vâng, tôi không muốn ăn.
　a. Anh Suzuki vì không muốn ăn nên không ăn.
　b. Anh Suzuki vì thèm ăn nên đã ăn.
　c. Anh Suzuki vì đã ăn nên không muốn ăn.

❺ 女：鈴木さん、ここ暑いですね。
　 男：ええ、じゃあ、窓、開けましょう。

　　a．窓を開けたので暑いです。
　　b．暑いので窓を開けました。
　　c．暑いので窓を開けませんでした。

❻ 女：今晩、カラオケに行く？
　 男：いやあ、今晩はちょっと。あした試験なんだ。

　　a．あした試験なのでカラオケに行きます。
　　b．カラオケに行くのであした試験があります。
　　c．あした試験なのでカラオケに行きません。

❺ 女：Suzuki-san, it is hot here, isn't it?
　 男：Yes, let's open the window.
　　a. It is hot, because he opened the window.
　　b. He opened the window, because it was hot.
　　c. He didn't open the window, because it was hot.

　 女：铃木，好热啊。
　 男：是啊，那么，开窗吧！
　　a. 因为开了窗，所以热。
　　b. 因为热，所以开窗。
　　c. 因为热，所以没开窗。

　 女：Anh Suzuki, ở đây nóng nhỉ.
　 男：Ừ, vậy nên mình mở cửa sổ ra đi.
　　a. Vì mở cửa sổ nên nóng.
　　b. Vì nóng nên đã mở cửa sổ.
　　c. Vì nóng nên đã không mở cửa sổ.

❻ 女：Are you going to Karaoke tonight?
　 男：No, not tonight. I have an exam tomorrow.
　　a. He is going to Karaoke, because he has an exam tomorrow.
　　b. He has an exam tomorrow, because he is going to Karaoke.
　　c. He is not going to Karaoke, because he has an exam tomorrow.

　 女：铃木，今晚去唱歌儿？
　 男：不了，今晚不行啊。明天要考试。
　　a. 明天要考试，所以去唱歌儿。
　　b. 去唱歌儿，所以明天要考试。
　　c. 明天要考试，所以不去唱歌儿。

　 女：Tối nay đi karaoke chứ?
　 男：Ôi không, tối nay thì không được... Ngày mai tôi còn có bài thi.
　　a. Vì ngày mai có bài thi nên đi karaoke.
　　b. Vì đi karaoke nên ngày mai có bài thi.
　　c. Vì ngày mai có bài thi nên không đi karaoke.

38 小さい、高い、しずかな、げんきな

\ わくわく /

I 絵を見て（　）に形容詞を書いてください。
Look at the picture and fill in the blanks with the appropriate adjectives. ／看图画，请在（　）中写形容词。／ Nhìn tranh rồi điền tính từ thích hợp vào ngoặc.

🔊 107

例　高い山ですね。

It is a high mountain, isn't it?
高山。
Ngọn núi cao nhỉ.

🔊 108

練 習

❶ 暗い道があるから気をつけて。

❷ 短いかみがいいよ。

❸ 広い部屋に住みたいな。

❹ あの古いビルのとなりです。

❺ 簡単な問題でした。

❻ にぎやかな町に行きました。

❼ おもしろい映画を見ました。

❽ 低いテーブルを買いました。

❶ Please be careful because there is a dark road.
路上很黑，多加小心。
Vì có đoạn đường tối nên hãy cẩn thận nhé.

❷ It is better to have short hair.
短头发比较好。
Tóc ngắn được đó.

❸ I want to live in a spacious room.
想住大房子。
Tôi muốn sống trong căn phòng rộng.

❹ It is next to that old building.
那幢古老建筑物的的旁边。
Ở bên cạnh toà nhà cũ kia.

❺ It was an easy question.
简单的问题。
Đã là câu hỏi đơn giản.

❻ I went to a lively town.
热闹的市区。
Tôi đã đi tới thị trấn náo nhiệt.

❼ I saw an interesting movie.
有趣儿的电影。
Tôi đã xem bộ phim hay.

❽ I bought a low table.
买了一张矮桌子。
Tôi đã mua cái bàn thấp.

II （　）に「い」か「な」か「の」を書いてください。いらないときは、×を入れてください。

Fill in the blanks with "い", "な" or "の", as appropriate. If "い", "な" or "の" are unnecessary, draw a cross in the blank. ／请在（　）中填入「い」或「か」。不需要时画×。／ Hãy viết "い","な" hoặc "の" vào trong ngoặc. Nếu không cần"い", "な"hoặc "の" thì hãy viết ×.

例 あれはやさしいテストでした。

That was an easy test.
那是一次很简单的考试。
Đó đã là bài kiểm tra dễ.

練習

❶ 元気な子どもですね。
　He is an energetic child, isn't he?
　很健康的孩子啊。
　Đứa trẻ khoẻ mạnh nhỉ.

❷ あれは有名な大学ですよ。
　That is a famous university.
　那是一所很有名的大学。
　Kia là trường đại học nổi tiếng đó.

❸ きのう緑のバッグを買いました。
　I bought a green bag yesterday.
　昨天买了一个绿色的包包。
　Hôm qua tôi đã mua cái túi màu xanh lá.

❹ おいしいコーヒーが飲みたいですね。
　I would like to drink a cup of good coffee. Wouldn't you?
　想喝香咖啡。
　Tôi muốn uống cà phê ngon.

❺ あの店は静かな店ですね。
　That store is quiet, isn't it?
　那家店真的很静。
　Cửa hàng đó yên tĩnh nhỉ.

❻ 日本はせまい道が多いです。
　There are many narrow roads in Japan.
　日本的窄道很多。
　Ở Nhật có nhiều con đường hẹp nhỉ.

❼ もう少し大きいセーター、ありますか。
　Do you have a little bigger sweater?
　还有更大一点儿的毛衣吗？
　Có cái áo len nào rộng hơn một chút không?

❽ たんじょう日にきれいな花をもらいました。
　I received pretty flowers on my birthday.
　过生日时，得到了美丽的鲜花。
　Tôi đã nhận được bó hoa đẹp vào ngày sinh nhật.

❾ あの人はうるさい人ですね。
　That person is noisy, isn't he?
　那个人有点烦人。
　Người kia ồn ào (lắm chuyện) nhỉ.

❿ 先週、おもしろい映画を見ました。
　I saw an interesting movie last week.
　上周看了有趣儿的电影。
　Tuần trước tôi đã xem bộ phim hay.

39 アメリカのほうが日本より広いです

\わくわく/

I

aかbか選んでください。
Select an appropriate answer: a or b. ／请从a，b中选择正确答案。／Hãy chọn phương án a hoặc b.

例　アメリカのほうが日本より広いです。
　　U.S.A is bigger than Japan.
　　美国比日本面积大。
　　Nước Mỹ rộng hơn nước Nhật.

 練習

❶ 電車のほうがタクシーより速いです。
❷ 東京のほうが京都よりにぎやかです。
❸ うどんよりそばのほうがおいしいです。
❹ 月より地球のほうが大きいです。
❺ 赤のほうが青よりいいです。
❻ 東京よりパリのほうが寒いです。
❼ ロンドンより東京のほうが物価が高いです。
❽ 自転車のほうが車より便利です。
❾ 今週より来週のほうがひまです。
❿ これよりあれのほうがおいしいです。

❶ A train is faster than a taxi.
　电车比出租车快。
　Tàu điện nhanh hơn taxi.
❷ Tokyo is livelier than Kyoto.
　东京比京都热闹。
　Tokyo náo nhiệt hơn Kyoto.
❸ Soba is tastier than Udon.
　荞麦面比乌冬面好吃。
　Mì soba ngon hơn mì udon.
❹ The earth is bigger than the moon.
　地球比月球大。
　Trái đất to hơn mặt trăng.
❺ Red is better than blue.
　红的比蓝的好。
　Màu đỏ được (đẹp) hơn màu xanh da trời.
❻ Paris is colder than Tokyo.
　巴黎比东京冷。
　Paris lạnh hơn Tokyo.
❼ Prices are higher in Tokyo than in London.
　东京比伦敦物价贵。
　Tokyo giá cả đắt hơn London.
❽ Bicycles are more convenient than cars.
　自行车比汽车方便。
　Xe đạp tiện hơn ô tô.
❾ I have more free time next week than this week.
　下周比这周清闲。
　Tuần sau rảnh rỗi hơn tuần này.
❿ That one is tastier than this one.
　那个比这个好吃。
　Cái kia ngon hơn cái này.

II 正しいものには○、間違っているものには×を書いてください。

Draw a circle if the statement is correct, draw a cross if incorrect. ／正确时，在（ ）中画○，错误时画×。／ Nếu câu đúng hãy viết ○, nếu câu sai hãy viết × vào ô trống.

例 ピーターさんはサリーさんより背が高いです。
Peter-san is taller than Sally-san.
皮特比沙莉个高。
Anh Peter cao hơn cô Sally.

練習

❶ サリーさんは田中さんより背が低いです。
❷ アリさんはピーターさんより年上です。
❸ 木村さんはサリーさんよりかみが短いです。
❹ 田中さんは木村さんより背が高いです。
❺ アリさんは木村さんより年上です。
❻ ピーターさんはサリーさんより年下です。

❶ Sally-san is shorter than Tanaka-san.
沙莉比田中个矮。
Cô Sally thấp hơn cô Tanaka.

❷ Ali-san is older than Peter-san.
阿里比皮特年纪大。
Anh Ali nhiều tuổi hơn anh Peter.

❸ Kimura-san's hair is shorter than Sally-san's.
木村比沙莉头发短。
Cô Kimura tóc ngắn hơn cô Sally.

❹ Tanaka-san is taller than Kimura-san.
田中比木村个高。
Cô Tanaka cao hơn cô Kimura.

❺ Ali-san is older than Kimura-san.
阿里比木村年纪大。
Anh Ali nhiều tuổi hơn cô Kimura.

❻ Peter-san is younger than Sally-san.
皮特比沙莉年纪小。
Anh Peter ít tuổi hơn cô Sally.

40 もうお買いになりましたか

\わくわく/

女の人の使っている動詞の辞書形を書いてください。
Fill in the blank with the dictionary form of the verb used by the woman. ／习请写出女生所使用的动词的字典形（原形）。／Hãy viết thể từ điển của động từ mà nhân vật nữ sử dụng.

🔊 115

例

❶ 女：あの本、もうお買いになりましたか。
　男：いえ、まだなんですよ。

❷ 女：どうぞお使いください。
　男：あ、すいません。

❶ 女：Have you bought that book?
　男：No, not yet.
　女：那本书，您已经买了吗？
　男：没，还没买呢。
　女：Cuốn sách đó anh đã mua chưa ạ?
　男：Chưa, tôi vẫn chưa.

❷ 女：Would you please use this?
　男：Oh, thank you.
　女：请您使用。
　男：好的，谢谢。
　女：Xin mời dùng ạ.
　男：A, cảm ơn chị.

🔊 116

練習

❶ 女：もう少し、お待ちになりますか。
　男：ええ、そうします。

❷ 女：コーヒー、お飲みになりますか。
　男：あ、すいません。いただきます。

❸ 女：どうぞお入りください。
　男：じゃ、しつれいします。

❹ 女：この本、もうお読みになりましたか。
　男：いいえ、まだなんです。

❺ 女：きのう田中さんにお会いになりましたか。
　男：ええ、お元気でしたよ。

❶ 女：Would you like to wait a little bit longer?
　男：Yes, I would like to.
　女：您再等会儿吗？
　男：好的。等会儿吧。
　女：Anh đợi thêm 1 chút nữa chứa?
　男：Vâng, tôi sẽ đợi.

❷ 女：Would you like to have a cup of coffee?
　男：Oh, thank you. I would.
　女：您喝咖啡吗？
　男：好的，那就不客气了，谢谢。
　女：Anh có uống cà phê không ạ?
　男：A, cảm ơn. Tôi xin phép được uống.

❸ 女：Would you please come in?
　男：Thank you. Excuse me.
　女：请您进来吧！
　男：谢谢！那我失礼啦。
　女：Xin mời vào.
　男：Vậy thì xin được thất lễ.

❹ 女：Have you read this book yet?
　男：No, I haven't read it yet.
　女：这本书，您看过了吗？
　男：还没看呢。
　女：Cuốn sách này anh đã đọc rồi ạ?
　男：Chưa, tôi vẫn chưa.

❺ 女：Did you see Tanaka-san yesterday?
　男：Yes, he was fine.
　女：昨天您见到田中了吗？
　男：见到了，他很好。
　女：Hôm qua anh đã gặp cô Tanaka ạ?
　男：Vâng, cô ấy nhìn khoẻ lắm.

❻ 女：お疲れになりましたか。
　 男：いえ、だいじょうぶです。

❼ 女：どうぞおすわりになってください。
　 男：あ、すいません。

❽ 女：おわかりになりましたか。
　 男：ううん、まだちょっと。

❾ 女：この本、林先生がお書きになったんですよ。
　 男：ああ、そうですか。いい本ですね。

❿ 女：クラシック音楽、お聞きになりませんか。
　 男：ええ、いいですね。

❻ 女：Are you tired?
　 男：No, I am all right.
　 女：您累了吧？
　 男：不，没事儿的。
　 女：Anh mệt ạ?
　 男：Không, tôi không sao.

❼ 女：Would you please sit down?
　 男：Oh, thank you.
　 女：请坐吧！
　 男：好的，谢谢。
　 女：Xin mời anh ngồi ạ.
　 男：A, cảm ơn chị.

❽ 女：Did you understand?
　 男：No, not yet.
　 女：您明白了吧？
　 男：不，还有点糊涂。
　 女：Anh đã hiểu chưa ạ?
　 男：Chưa, vẫn có điều chưa rõ...

❾ 女：Hayashi-sensee wrote this book.
　 男：Oh, is that so? It's a good book, isn't it?
　 女：这本书是林老师写的。
　 男：哦，是嘛！是本好书。
　 女：Cuốn sách này do thầy/cô Hayashi viết đấy.
　 男：A, thật vậy à. Cuốn sách hay nhỉ.

❿ 女：Would you like to listen to classical music?
　 男：Yes, it would be nice.
　 女：一起听听古典音乐吧！
　 男：嗯，好啊。
　 女：Anh có nghe nhạc cổ điển không ạ?
　 男：Vâng, được đó.

41 この家はやねがチョコレートです

右と左のことばを線でむすんでください。
Match the words on the left with the appropriate word on the right. ／请将左右用直线链接起来。／
Hãy nối từ vựng ở bên phải và từ vựng bên trái với nhau.

例　この家はやねがチョコレートです。
The roof of this house is made of chocolate.
这个房子的房顶是巧克力的。
Căn nhà này thì mái nhà bằng socola.

練習

❶ この家はドアがビスケットです。

❷ この家は窓がドーナツです。

❸ この家はかべがキャンディーです。

❹ この家はテーブルがおせんべいです。

❺ 私の先生は目が大きいです。

❻ 私の先生は足が短いです。

❼ 私の先生はかみが少ないです。

❽ 東京は物価が高いです。

❾ 東京は人と車が多いです。

❿ 東京は電車が便利です。

⓫ このコートはポケットがたくさんあります。

⓬ このコートはちょっとそでが長いです。

⓭ このコートはデザインがあまりよくないです。

❶ The door of this house is made of biscuit.
这个房子的门是饼干的。
Căn nhà này cửa làm bằng bánh quy.

❷ The windows of this house are made of donuts.
这个房子的窗是多拿滋甜甜圈的。
Căn nhà này cửa sổ làm bằng bánh rán.

❸ The wall of this house is made of candies.
这个房子的墙壁是糖的。
Căn nhà này tường làm bằng kẹo.

❹ The table in this house is made of Osenbei (rice cracker).
这个房子的桌子是日式脆饼的。
Căn nhà này bàn làm bằng bánh gạo giòn.

❺ My teacher has big eyes.
我的老师眼睛大。
Thầy/cô giáo của tôi thì có mắt to.

❻ My teacher has short legs.
我的老师腿短。
TThầy/cô giáo của tôi chân ngắn.

❼ My teacher's hair is thin.
我的老师头发少。
Thầy/cô của tôi ít tóc.

❽ The prices in Tokyo are high.
东京物价贵。
Tokyo thì giá cả đắt đỏ.

❾ Tokyo has a lot of people and cars.
东京人和车都多。
Tokyo thì đông người và xe.

❿ Trains in Tokyo are convenient.
东京的电车很方便。
Tokyo thì tàu điện rất tiện lợi.

⓫ This coat has many pockets.
这件大衣有很多口袋。
Cái áo khoác này có nhiều túi.

⓬ The sleeves of this coat is a little too long.
这件大衣袖有点长。
Cái áo khoác này ống tay hơi dài.

⓭ The design of this coat is not that good.
这件大衣的设计不太好。
Cái áo khoác này thiết kế không đẹp lắm.

42 あした雨がふったらへやで勉強します

\ わくわく /

a か b か選んでください。
Select the appropriate answer: a or b. ／请从 a，b 中选择正确答案。／Hãy chọn phương án a hoặc b.

🔊 119

例 あした雨が降ったら、どうしますか。

　　a. 外で勉強します。
　　b. 部屋で勉強します。

What are you going to do, if it rains tomorrow?
　a. I will study outside.
　b. I will study in my room.
明天下雨怎么办？
　a. 在外面学习。
　b. 在房间里学习。
Ngày mai nếu trời mưa thì bạn làm gì?
　a. Học ở bên ngoài.
　b. Học ở trong phòng.

🔊 120

練習

❶ 暑かったら、どうしますか。

　　a. ヒーターをつけます。
　　b. ヒーターを消します。

❷ きょう仕事が終わったら、どうしますか。

　　a. 買い物をします。
　　b. 仕事をします。

❸ お金がなかったら、どうしますか。

　　a. 友だちに貸します。
　　b. 友だちに借ります。

❹ 熱があったら、どうしますか。

　　a. 休みます。
　　b. 働きます。

❶ What are you going to do, if it is hot?
　a. I turn on the heater.
　b. I turn off the heater.
热了，怎么办？
　a. 打开暖风。
　b. 关掉暖风。
Nếu trời nóng thì bạn làm gì?
　a. Bật máy sưởi.
　b. Tắt máy sưởi.

❷ What are you going to do when you finish your work today?
　a. I will do shopping.
　b. I will work.
今天下班后，做什么？
　a. 购物。
　b. 工作。
Hôm nay sau khi xong việc thì bạn làm gì?
　a. Đi mua sắm.
　b. Làm việc.

❸ What are you going to do, if you don't have any money?
　a. I will lend some to my friend.
　b. I will borrow some from my friend.
没钱了，怎么办？
　a. 借给朋友。
　b. 向朋友借。
Nếu không có tiền thì bạn sẽ làm gì?
　a. Cho bạn mượn tiền.
　b. Vay tiền từ bạn.

❹ What are you going to do, if you have a fever?
　a. I take a day off.
　b. I work.
热了，怎么办？
　a. 休息。
　b. 工作。
Nếu bị sốt thì bạn làm gì?
　a. Nghỉ ngơi.
　b. Làm việc.

❺ 荷物が来なかったら、どうしますか。

　　a. 電話をします。
　　b. 荷物を送ります。

❻ 山田さんがいなかったら、どうしますか。

　　a. 山田さんと話します。
　　b. 他の人と話します。

❼ 部屋が暗くなったら、どうする？

　　a. 電気をつけます。
　　b. 電気を消します。

❽ 寒かったら、どうする？

　　a. ヒーターをつけます。
　　b. ヒーターを消します。

❾ 部屋がきれいだったら、どうする？

　　a. そうじします。
　　b. そうじしません。

❿ スーパーが休みだったら、どうする？

　　a. スーパーへ行きます。
　　b. スーパーへ行きません。

❺ What are you going to do, if your package doesn't come?
　　a. I will telephone.
　　b. I will send a package.
邮包没来，怎么办？
　　a. 打电话。
　　b. 送邮包。
Nếu hành lí không tới thì bạn làm gì?
　　a. Gọi điện.
　　b. Gửi hành lí.

❻ What are you going to do, if Yamada-san is not be here?
　　a. I will talk with Yamada-san.
　　b. I will talk with another person.
山田不在怎么办？
　　a. 和山田谈。
　　b. 和别人谈。
Nếu anh Yamada không có mặt thì bạn làm thế nào?
　　a. Nói chuyện cùng với anh Yamada.
　　b. Nói chuyện cùng với người khác.

❼ What are you going to do, when the room gets dark?
　　a. I will turn on the light.
　　b. I will turn off the light.
房间暗了，怎么办？
　　a. 开灯。
　　b. 关灯。
Nếu căn phòng trở nên tối thì làm sao?
　　a. Bật điện.
　　b. Tắt điện.

❽ What are you going to do if it is cold?
　　a. I turn on the heater.
　　b. I turn off the heater.
冷了，怎么办？
　　a. 打开暖风。
　　b. 关掉暖风。
Nếu trời lạnh thì bạn làm thế nào?
　　a. Bật máy sưởi.
　　b. Tắt máy sưởi.

❾ What are you going to do when your room is clean?
　　a. I clean my room.
　　b. I don't clean my room.
房间很干净，怎么办？
　　a. 打扫。
　　b. 不打扫。
Nếu căn phòng sạch sẽ thì bạn làm gì?
　　a. Dọn vệ sinh.
　　b. Không dọn vệ sinh.

❿ What are you going to do if the supermarket is closed?
　　a. I will go to the supermarket.
　　b. I won't go to the supermarket.
超市休息怎么办？
　　a. 那也去。
　　b. 那就不去。
Nếu siêu thị nghỉ thì bạn làm thế nào?
　　a. Đi tới siêu thị.
　　b. Không đi tới siêu thị.

43 むずかしいと思います

わくわく

鈴木さんが意見を言います。（　　）に適当なひらがなを書いてください。

Listen to Suzuki-san. What does he think? Fill in the blanks with the appropriate hiragana. ／鈴木发表自己的意见。请在（ ）里写平假名。／Hãy nghe anh Suzuki nói ý kiến và viết chữ Hiragana thích hợp vào trong ngoặc.

◀)) 121　例

A：鈴木さん、この本は難しいですか。
鈴木：ええ。▼難しいと思います。

A：Suzuki-san, is this book difficult?
鈴木：Yes. ▼ I think it is.
A：铃木，这本书难吗？
鈴木：是啊。▼ 我认为难。
A：Anh Suzuki, cuốn sách này có khó không?
鈴木：Vâng, tôi nghĩ là ▼khó.

◀)) 122　練習

❶　A：鈴木さん、田中さんはきょう来ますか。
　　鈴木：ええ。▼来ると思います。

❶　A：Suzuki-san, is Tanaka-san coming today?
　　鈴木：Yes. ▼ I think she is coming.
　　A：铃木，田中今天来吗？
　　鈴木：嗯，▼ 我想他会来的。
　　A：Anh Suzuki, hôm nay cô Tanaka có tới không?
　　鈴木：Vâng, tôi nghĩ là cô ấy có ▼tới.

❷　A：鈴木さん、この本はいいですか。
　　鈴木：ええ。▼いいと思います。

❷　A：Suzuki-san, is this book good?
　　鈴木：Yes. ▼ I think it is good.
　　A：铃木，这本书好吗？
　　鈴木：嗯，▼ 我认为很好。
　　A：Anh Suzuki, cuốn sách này hay không?
　　鈴木：Vâng, tôi nghĩ là ▼hay.

❸　A：鈴木さん、田中さんは今教室にいますか。
　　鈴木：いいえ。▼いないと思います。

❸　A：Suzuki-san, is Tanaka-san in the classroom now?
　　鈴木：No. ▼ I don't think she is in.
　　A：铃木，田中在教室吗？
　　鈴木：不，▼ 我想他不在。
　　A：Anh Suzuki, cô Tanaka bây giờ đang ở lớp học phải không?
　　鈴木：Không, tôi nghĩ là ▼không có ở đó.

❹　A：鈴木さん、山下さんは元気ですか。
　　鈴木：ええ。▼元気だと思います。

❹　A：Suzuki-san, is Yamashita-san fine?
　　鈴木：Yes. ▼ I think he is fine.
　　A：铃木，山下还好吗？
　　鈴木：嗯，▼ 我想他很好。
　　A：Anh Suzuki, anh/cô Yamashita khoẻ chứ?
　　鈴木：Vâng, tôi nghĩ là ▼khoẻ ạ.

❺　A：鈴木さん、田中さんはもう結婚していますか。
　　鈴木：いいえ。▼結婚していないと思います。

❺　A：Suzuki-san, is Tanaka-san married yet?
　　鈴木：No. ▼ I don't think she is married.
　　A：铃木，田中已经结婚了吗？
　　鈴木：没有，▼ 我想他还没结婚呢。
　　A：Anh Suzuki, cô Tanaka đã kết hôn rồi à?
　　鈴木：Không, tôi nghĩ là ▼cô ấy chưa kết hôn.

❻ A：鈴木さん、図書館は今開いていますか。
鈴木：ええ。　▼開いていると思います。

❼ A：鈴木さん、あのデパートはきょう休みですか。
鈴木：ええ。　▼休みだと思います。

❽ A：鈴木さん、あのホテルはいいですか。
鈴木：いいえ。　▼あまりよくないと思います。

❾ A：鈴木さん、田中さんはもう帰りましたか。
鈴木：ええ。　▼帰ったと思います。

❿ A：鈴木さん、これ、何だと思いますか。
鈴木：ううん。　▼食べ物だと思います。

❻ A：Suzuki-san, is the library open now?
鈴木：Yes. ▼ I think it is open.
　　A：铃木，图书馆现在开着呢吗？
　　鈴木：嗯，▼ 我想开着呢吧。
　　A：Anh Suzuki, thư viện bây giờ có đang mở cửa không?
　　鈴木：Vâng, tôi nghĩ là ▼đang mở đó ạ.

❼ A：Suzuki-san, is that department store closed today?
鈴木：Yes. ▼ I think it is closed.
　　A：铃木，那家百货店今天休息吗？
　　鈴木：嗯，▼ 我想是休息。
　　A：Anh Suzuki, cửa hàng bách hóa đó hôm nay nghỉ à?
　　鈴木：Vâng, tôi nghĩ là ▼nghỉ ạ.

❽ A：Suzuki-san, is that hotel good?
鈴木：No. ▼ I don't think it is good.
　　A：铃木，那家宾馆好吗？
　　鈴木：不，▼ 我看不太好。
　　A：Anh Suzuki, khách sạn kia tốt chứ?
　　鈴木：Không, tôi nghĩ là ▼không tốt lắm ạ.

❾ A：Suzuki-san, has Tanaka-san gone home yet?
鈴木：Yes. ▼ I think she has.
　　A：铃木，田中已经回家了吗？
　　鈴木：嗯，▼ 我想她已经走了。
　　A：Anh Suzuki, cô Tanaka đã về rồi à?
　　鈴木：Vâng, tôi nghĩ là ▼đã về rồi.

❿ A：Suzuki-san, what do you think this is?
鈴木：Let's see. ▼ I think it is food.
　　A：铃木，你看，这个是什么？
　　鈴木：嗯～，▼ 我看像是食品。
　　A：Anh Suzuki, anh nghĩ cái này là cái gì?
　　鈴木：À, ừm. Tôi nghĩ là ▼đồ ăn.

44 右にまがるとありますよ

\ わくわく /

絵を見てa、b、cの中から選んでください。
Look at the picture, and select the appropriate answer: a, b or c. ／请看图画，a，b，c中选择正确答案。／ Hãy nhìn tranh rồi chọn phương án đúng từ a, b hoặc c.

🔊 123 例

男A：バス停はどこですか。
男B：あの交差点の手前にありますよ。
男A：交差点の手前ですね。

男A：Where is the bus stop?
男B：It is on this side of that intersection.
男A：On this side of that intersection, right?

男A：公共汽车站在哪儿？
男B：在那个十字路口的跟前。
男A：没到十字路口，对吧？

男A：Điểm dừng xe buýt ở đâu nhỉ?
男B：Ở phía trước ngã tư kia đấy.
男A：Phía trước ngã tư kia nhỉ.

🔊 124 練習

❶ 男A：あのう、この辺に郵便局、ありますか。
男B：あの信号の先ですよ。
男A：信号の先ですね。

❶ 男A：Excuse me, is there a post office around here?
男B：There is one ahead of that traffic light.
男A：It's ahead of that traffic light, right?

男A：请问，这附近有邮局吗？
男B：过了那个信号灯就是。
男A：是过了信号灯，对吧？

男A：Xin lỗi, quanh khu này có bưu điện không ạ?
男B：Ở phía trước đèn giao thông kia đó.
男A：Trước đèn giao thông nhỉ.

❷ 男A：すみません、デパートはどこでしょうか。
男B：この道をまっすぐ行くと、ありますよ。
男A：この道をまっすぐですね。

❷ 男A：Excuse me. Can you tell me where the department store is?
男B：You go straight on this street, and you will find it.
男A：Go straight on this street, right?

男A：请问，百货店在哪儿？
男B：沿着这条路一直走，就会看到了。
男A：沿着这条路一直走，对吧？

男A：Xin lỗi, bách hoá ở chỗ nào ạ?
男B：Đi thẳng con đường này là thấy đó.
男A：Đi thẳng con đường này nhỉ.

❸ 男A：あのう、コンビニ、どこでしょうか。
男B：ええっと、2つ目の交差点を右に曲がると、ありますよ。
男A：あ、2つ目の交差点を右ですね。

❸ 男A：Excuse me, can you tell me where the convenience store is?
男B：Let's see, you turn to the right on the second intersection, then you will find it.
男A：Turn to the right on the second intersection, right?

男A：请问，便利店在哪儿？
男B：恩恩，第二个十字路口向右转，就会看到。
男A：第二个十字路口，向右转，对吧？

男A：Xin lỗi, cửa hàng tiện lợi ở đâu ạ?
男B：Xem nào, rẽ phải ở ngã tư thứ 2 là sẽ thấy đó.
男A：A, rẽ phải ngã tư thứ 2 nhỉ.

209

❹ 男A：この辺に銀行がありますか。
　　男B：うーん。2つ目の交差点を左に曲がると、公園があるんですけど、その公園の向かいにありますよ。
　　男A：公園の向かいですね。

❺ 男A：あの、バス停はどこでしょうか。
　　男B：その角を曲がると、ありますよ。
　　男A：角を曲がるんですね。

❻ 男A：この辺にバス停、ありますか。
　　男B：ええ、その橋を渡るとありますよ。
　　男A：あ、橋を渡るんですね。

❼ 男A：あのう、郵便局はどこですか。
　　男B：ええっと、あ、あの歩道橋を渡るとすぐありますよ。
　　男A：歩道橋を渡るんですね。

❽ 男A：あのう、この辺に銀行、ありますか。
　　男B：この道をまっすぐ行くと、えー、左側にありますよ。
　　男A：まっすぐ行って、左ですね。

❹ 男A：Is there a bank around here?
　　男B：You turn to the left on the second intersection, then you will see a park. It is on the other side of the park.
　　男A：It is on the other side of the park, right?
　　男A：这附近有银行吗？
　　男B：嗯～，第二个信号灯向左转，就会看到一个公园，银行在公园的对面。
　　男A：银行的对面，是吧？
　　男A：Ở khu này có ngân hàng không ạ?
　　男B：Ừm, rẽ trái ở ngã tư thứ 2 là sẽ thấy có công viên. Nó ở đối diện công viên đấy.
　　男A：Đối diện công viên nhỉ.

❺ 男A：Excuse me, can you tell me where the bus stop is?
　　男B：You turn that corner, and you'll find it.
　　男A：I turn the corner, right?
　　男A：请问，公共汽车站在哪儿？
　　男B：转过那个拐角就是了。
　　男A：转拐角，是吧？
　　男A：Xin lỗi, điểm dừng xe buýt ở chỗ nào ạ?
　　男B：Rẽ ở góc đường đó sẽ thấy đấy.
　　男A：Rẽ ở góc nhỉ.

❻ 男A：Is there a bus stop around here?
　　男B：Yes, you cross that bridge, and then you will find it.
　　男A：OK, I cross the bridge, right?
　　男A：这附近有公共汽车站吗？
　　男B：嗯，过了那个过街天桥就是了。
　　男A：过了过街天桥，是吧？
　　男A：Ở khu này có bến xe buýt không ạ?
　　男B：Có, đi qua cái cầu đó là có đấy.
　　男A：À, đi qua cầu nhỉ.

❼ 男A：Excuse me, where is the post office?
　　男B：Let's see, you cross that pedestrian bridge, then you find it right there.
　　男A：I cross the pedestrian bridge, right?
　　男A：请问，邮局在哪儿？
　　男B：哦，过了过街天桥就是。
　　男A：过了过街天桥，对吧？
　　男A：Xin lỗi, bưu điện ở đâu ạ?
　　男B：Xem nào, đi qua cầu vượt cho người đi bộ là thấy ngay đó.
　　男A：Qua cầu vượt nhỉ.

❽ 男A：Excuse me, is there a bank around here?
　　男B：You go this street straight, and then there is one on your left.
　　男A：Go straight and it is on the left, right?
　　男A：请问，这附近有银行吗？
　　男B：沿着这条路一直走，就在左侧。
　　男A：沿着这条路一直走，在左侧，对吧？
　　男A：Xin lỗi, ở khu này có ngân hàng không ạ?
　　男B：Đi thẳng con đường này thì sẽ thấy nó ở bên trái đó.
　　男A：Cứ đi thẳng, thấy ở bên trái nhỉ.

45 はやく帰ったほうがいいですよ

\ わくわく /

女の人はどんなアドバイスをしましたか。適当なほうを選んでください。
What was the woman's advice? Select the appropriate one. ／听录音，女生在进行怎样的建议？请选择正确答案。／ Nhân vật nữ đã đưa ra lời khuyên gì? Hãy chọn phương án thích hợp.

🔊 125 例

❶ 女：はやく帰ったほうがいいですよ。
　 男：そうですね。

❷ 女：それは買わないほうがいいよ。
　 男：あ、そう。じゃあ。

❶ 女：You'd better go home early.
　 男：You are right.
　 女：最好早点回家啊。
　 男：是啊。
　 女：Anh nên về sớm thì tốt hơn đấy.
　 男：Đúng vậy nhỉ.

❷ 女：You'd better not buy that.
　 男：Oh, is that right? Then ...
　 女：最好别买那个。
　 男：是嘛。那就不买了。
　 女：Cái đó không mua thì tốt hơn.
　 男：Vậy à. Được rồi.

🔊 126 練習

❶ 女：ドアを閉めたほうがいいですよ。
　 男：あ、そうですね。

❷ 女：東京は、車で行かないほうがいいわよ。
　 男：あ、そう。

❸ 女：これ、田中さんには見せないほうがいいよ。
　 男：あ、そうか。

❹ 女：コンピュータを使ったほうがいいですよ。
　 男：そうですね。

❶ 女：You'd better close the door.
　 男：Oh, you are right.
　 女：最好关上门。
　 男：是啊。
　 女：Anh nên đóng cửa lại thì tốt hơn đấy.
　 男：A, đúng vậy nhỉ.

❷ 女：You'd better not go to Tokyo by car.
　 男：Is that right?
　 女：去东京，最好别开车。
　 男：哦，是嘛。
　 女：Ở Tokyo không nên đi bằng ô tô thì hơn.
　 男：A, vậy à.

❸ 女：You'd better not show this to Tanaka-san.
　 男：Oh, okay.
　 女：这个，最好别让田中看到。
　 男：哦，知道了。
　 女：Cái này đừng cho cô Tanaka xem thì tốt hơn đấy.
　 男：A, vậy à.

❹ 女：You'd better use the computer.
　 男：You are right.
　 女：最好使用计算机。
　 男：嗯。知道了。
　 女：Anh nên dùng máy tính thì tốt hơn đấy.
　 男：Đúng vậy nhỉ.

❺ 女：うるさいから、窓は開けないほうがいいよ。
　 男：あ、ほんとう。

❻ 女：英語で説明したほうがいいよ。
　 男：あ、そう。

❼ 女：それは、今、決めないほうがいいよ。
　 男：あ、そうですか。

❽ 女：あしたは、早く起きたほうがいいよ。
　 男：そうだね。

❾ 女：まだ、注文しないほうがいいですよ。
　 男：あ、そう。

❿ 女：ホテルは早く予約したほうがいいですよ。
　 男：あ、そうですか。

❺ 女：You'd better not open the window, because it is noisy.
　 男：Oh, really?
　 女：外面太吵，最好别开窗。
　 男：哦，真的？
　 女：Vì ồn nên không mở cửa sổ thì hơn đấy.
　 男：A, đúng vậy.

❻ 女：You'd better explain in English.
　 男：Oh, okay.
　 女：最好用英语解释。
　 男：哦，是嘛。
　 女：Nên giải thích bằng tiếng Anh thì tốt hơn đấy.
　 男：A, vậy à.

❼ 女：You'd better not decide that now.
　 男：Oh, is that so?
　 女：那件事，最好现在别决定。
　 男：哦，是嘛。
　 女：Chuyện đó thì bây giờ chưa quyết định sẽ hơn đấy.
　 男：A, vậy à.

❽ 女：You'd better get up early tomorrow.
　 男：Yeah, you are right.
　 女：明天最好早点儿起床。
　 男：是啊。
　 女：Ngày mai nên dậy sớm thì tốt hơn đấy.
　 男：Đúng vậy nhỉ.

❾ 女：You'd better not order it yet.
　 男：Oh, okay.
　 女：最好先别预定。
　 男：哦，知道了。
　 女：Chưa nên gọi món/đặt hàng thì hơn đấy.
　 男：A, vậy à.

❿ 女：You'd better reserve a room at the hotel early.
　 男：Oh, is that right?
　 女：宾馆最好早点儿预定。
　 男：哦，好的。
　 女：Nên đặt phòng khách sạn sớm thì tốt hơn đấy.
　 男：A, vậy à.

46 おきてからコーヒーを飲みました

\ わくわく /

順番を（　）に書いてください。
Fill in the blanks with 1 or 2 to show which action occurs first, and which second. ／请在（　）内填写先后顺序。／ Hãy điền số thứ tự để biểu diễn trình tự diễn ra 2 hành động vào trong ngoặc.

◀) 127 例

❶ 朝起きてから、コーヒーを飲みました。

❷ テレビを見るまえに、手紙を書きました。

❶ I had a cup of coffee after getting up in the morning.
早上起床后，喝了咖啡。
Buổi sáng sau khi thức dậy tôi đã uống cà phê.

❷ I wrote a letter before watching TV.
在看电视前，写了信。
Trước khi xem tivi tôi đã viết thư.

◀) 128 練習

❶ 新聞を読んだあとで、テニスをしました。
❷ バスに乗るまえに、切符を買いました。
❸ 家に帰ってから、5時間、勉強しました。
❹ 辞書を買ってから、専門の本を読みました。
❺ たばこを吸うまえに、窓を開けました。
❻ 薬を買うまえに、病院に行きました。
❼ 食事をしたあとで、映画を見ました。
❽ 出かけてから、電話をしました。
❾ 大学に入るまえに、働きました。
❿ ドアを開けてから、電気をつけました。

❶ I played tennis after reading a newspaper.
看报纸后，去打了网球。
Sau khi đọc báo tôi đã chơi tennis.

❷ I bought a ticket before riding on the bus.
坐公共汽车之前买了票。
Trước khi lên xe buýt tôi đã mua vé.

❸ I studied for five hours after getting back home.
回到家后学习了5个小时。
Sau khi về nhà tôi đã học bài 5 tiếng đồng hồ.

❹ I read the book for my major after buying a dictionary.
买了字典后，看了专业书。
Sau khi mua từ điển tôi đã đọc sách chuyên ngành.

❺ I opened the window before smoking a cigarette.
吸烟前，打开窗户。
Trước khi hút thuốc tôi đã mở cửa sổ.

❻ I went to the hospital before buying medicine.
买药之前去了医院。
Trước khi mua thuốc tôi đã tới bệnh viện.

❼ I saw a movie after having a meal.
吃过饭，看了电影。
Sau khi ăn tôi đã xem phim.

❽ I made a telephone call after going out.
出门后打了电话。
Sau khi ra ngoài tôi đã gọi điện.

❾ I worked before entering a university.
在上大学前工作了。
Trước khi vào trường đại học tôi đã làm việc.

❿ I turned on the light after opening the door.
开了门之后，开灯。
Sau khi mở cửa tôi đã bật điện.

47 何(なに)をしていますか

わくわく

AからHのどの人(ひと)ですか。選(えら)んでください。
Select the appropriate answer: A-H. ／请从A－H中选择正确答案。／Người nào trong những người từ A đến H được nói đến? Hãy lựa chọn.

🔊 129

例

A：高橋(たかはし)さんはどの人(ひと)ですか。
B：高橋(たかはし)さんですか。
　　ええと、あ、あの人(ひと)です。
　　公園(こうえん)の入(い)り口(ぐち)で電話(でんわ)をしています。

A : Which person is Takahashi-san?
B : Takahashi-san? Let's see, oh, that's her.
　　She is making a telephone call at the entrance of the park.

A：高桥是那哪个人？
B：高桥吗？哦，是那个人。
　　在公园的门口儿打电话的那个人。

A : Cô Takahashi là người nào vậy?
B : Cô Takahashi à. Xem nào, a, là người kia kìa.
　　Cô ấy đang gọi điện ở lối vào của công viên.

🔊 130

練習(れんしゅう)

❶ A：すみませんが、小林(こばやし)さんはどの人(ひと)ですか。
　 B：小林(こばやし)さんですか。
　　　ええと、あの人(ひと)です。
　　　公園(こうえん)で絵(え)を描(か)いています。

❷ A：あのう、梅田(うめだ)さんはどの人(ひと)ですか。
　 B：梅田(うめだ)さんですか。
　　　あ、あの男(おとこ)の人(ひと)です。
　　　バス停(てい)でバスを待(ま)っています。

❸ A：山本(やまもと)さんはどこでしょうか。
　 B：山本(やまもと)さん？
　　　ええと、公園(こうえん)にいますよ。
　　　今(いま)、犬(いぬ)と散歩(さんぽ)をしています。

❹ A：あのう、清水(しみず)さんはどこですか。
　 B：今(いま)、公園(こうえん)でギターを弾(ひ)いています。

❶ A : Excuse me. Which person is Kobayashi-san?
　 B : Kobayashi-san? Let's see, that's him.
　　　He is drawing the picture in the park.

A : 请问，小林是哪个人？
B : 小林吗？哦，在那儿！公园里画画儿呢。

A : Xin lỗi, anh Kobayashi là người nào ạ?
B : Anh Kobayashi à. Xem nào, người kia kìa.
　　Anh ấy đang vẽ tranh trong công viên.

❷ A : Ah, Which person is Umeda-san?
　 B : Umeda-san? Oh, that man is him.
　　　He is waiting for the bus at the bus stop.

A : 请问，梅田是哪位？
B : 梅田？梅田是那个男士。在车站等车的那位。

A : Xin lỗi, anh Umeda là người nào ạ?
B : À, người kia đang ông kia kìa.
　　Anh ấy đang đứng đợi xe buýt ở điểm dừng xe buýt.

❸ A : Could you tell me where Yamamoto-san is?
　 B : Yamamoto-san? Let's see. He is in the park.
　　　He is walking his dog now.

A : 山本在哪儿？
B : 山本啊，嗯～在公园呢，正在遛狗呢。

A : Anh Yamamoto ở đâu ạ?
B : Anh Yamamoto à. Xem nào, ở công viên đấy.
　　Bây giờ anh ấy đang dắt chó đi dạo.

❹ A : Ah, where is Shimizu-san?
　 B : He is playing the guitar in the park.

A : 请问，清水在哪儿？
B : 清水啊，在公园弹吉他呢。

A : Xin lỗi, anh Shimizu ở đâu ạ?
B : Bây giờ anh ấy đang chơi ghi-ta ở công viên.

❺ A：すみません、酒井さん、今どこにいますか。
B：酒井さんですか。
あ、あそこです。
バス停でバスを待っていますよ。
髪の長い女の人です。

❻ A：あのう、三宅さんは今どこにいるでしょうか。
B：あ、三宅さん？
あそこです。
ベンチに座って本を読んでいます。

❼ A：すみません、丹羽さんはどこにいるでしょうか。
B：丹羽さんですか。
公園で、小さい女の子といっしょに歩いています。

❺ A : Excuse me. Where is Sakai-san now?
B : Sakai-san? Ah, she is over there.
She is waiting for the bus at the bus stop. She is the one with long hair.

A : 请问,酒井在哪儿?
B : 酒井啊,在那儿！在车站等车那个人，长头发的那位女生。

A : Xin lỗi, cô Sakai bây giờ ở đâu ạ?
B : Cô Sakai à. A, ở đằng kia kìa.
Cô ấy đang đứng đợi xe buýt ở điểm dừng xe buýt đó. Là người phụ nữ tóc dài.

❻ A : Ah, could you tell me where Miyake-san is now?
B : Miyake-san? He is over there.
He is sitting on the bench and reading a book.

A : 请问,三宅在哪儿?
B : 三宅在那儿呢！坐在椅子上看书的那位。

A : Xin lỗi, anh Miyake bây giờ ở đâu ạ?
B : A, anh Miyake à. Đằng kia kìa.
Anh ấy đang ngồi trên ghế băng đọc sách.

❼ A : Excuse me. Could you tell me where Niwa-san is?
B : Niwa-san? She is walking with a little girl in the park.

A : 请问,丹羽在哪儿?
B : 丹羽吗？在公园和小女孩儿散步呢。

A : Xin lỗi, cô Niwa ở đâu ạ?
B : Cô Niwa à.
Cô ấy đang đi bộ cùng với bé gái trong công viên.

48 すずきさんがくれました

> これはサリーさんと山田さんの会話です。（　）に ← か → を書いてください。
>
> The following are several dialogues between Sally-san and Yamada-san. In each blank, draw the appropriate arrow.／请听沙莉和山田的对话。请在（　）中画表示方向的 ← 或 →。／Hãy nghe đoạn hội thoại giữa cô Sally và anh Yamada và viết ← hoặc → vào trong ngoặc.

🔊 131

例

山田：サリーさん、きれいな花ですね。どうしたんですか。
サリー：鈴木さんがくれたんです。

山田：Sally-san, those are beautiful flowers. How did you get them?
サリー：Suzuki-san gave these to me.
山田：沙莉，这花很漂亮啊，买的？
サリー：铃木送来的。
山田：Cô Sally, hoa đẹp thật nhỉ. Đâu ra vậy?
サリー：Anh Suzuki đã tặng tôi.

🔊 132

練習

❶ 山田：サリーさん、たくさんチョコレート、持っていますね。
サリー：ええ、鈴木さんにあげるんです。

❶ 山田：Sally-san, you have a lot of chocolate, don't you?
サリー：Yes, I am going to give these to Suzuki-san.
山田：沙莉你有这么多巧克力。
サリー：嗯，准备给铃木的。
山田：Cô Sally có nhiều socola thật đấy.
サリー：Vâng, để tặng cho anh Suzuki.

❷ サリー：山田さん、その時計、いいですね。
山田：そう。田中さんにもらったんです。

❷ サリー：Yamada-san, that is a nice watch, isn't it?
山田：Yes, I got it from Tanaka-san.
サリー：山田，那个钟真好看啊。
山田：嗯，是田中给我的。
サリー：Anh Yamada, cái đồng hồ đó đẹp nhỉ.
山田：Vậy à. Tôi nhận từ cô Tanaka đấy.

❸ サリー：山田さん、この写真、1枚くれませんか。
山田：もちろん、いいですよ。サリーさん。どうぞ。

❸ サリー：Yamada-san, would you give me one of these photos, please?
山田：Of course, it's okay. Here you are, Sally-san.
サリー：山田，这照片，能给我一张吗？
山田：当然啦。太可以啦。沙莉，请拿去吧。
サリー：Anh Yamada, cho tôi 1 tấm ảnh này được không?
山田：Đương nhiên là được chứ. Cô Sally, tặng cô.

❹ 山田：わあ。サリーさん、すてきですね。どうしたんですか。
サリー：これ。鈴木さんがくれたセーターなんです。

❹ 山田：Wow, Sally-san, you look nice. Where did you get it?
サリー：This is the sweater Suzuki-san gave me.
山田：哇，真漂亮啊！沙莉，你这是怎么了呀？
サリー：这个？这是铃木送给我的毛衣。
山田：Ôi cô Sally, đẹp quá. Ở đâu ra vậy?
サリー：Cái này à. Là áo len anh Suzuki đã tặng tôi.

❺ サリー：山田さん、この本、どこで買ったんですか。
　山田：これは、買ったんじゃないんです。木村先生がくださったんです。

❻ サリー：木村先生に映画の切符をいただいたんですけど、いっしょに行きませんか。
　山田：ええ、いいですね。

❼ 山田：大きいケーキですね。
　サリー：ええ、木村先生にさしあげるんです。

❽ サリー：山田さん、このペンいいですね。
　山田：そう？　サリーさん、じゃ、あげますよ。
　サリー：わあ。どうもありがとう。

❾ 山田：サリーさん、このお菓子、もらってもいいですか。
　サリー：ええ、どうぞ、食べてください。

❿ 山田：サリーさん、このインドの切手、くれませんか。
　サリー：ええ。いいですよ。

❺ サリー：Yamada-san, where did you buy this book?
　山田：I didn't buy this. Kimura-sensee gave it to me.
　サリー：山田，这本书在哪儿买的？
　山田：这本书？不是买的。是木村老师送给我的。
　サリー：Anh Yamada, cuốn sách này mua ở đâu vậy ạ?
　山田：Cái này không phải mua đâu. Cô Kimura đã cho tôi.

❻ サリー：I got movie tickets from Kimura-sensee. Would you like to go to see it with me?
　山田：Yes, it sounds good.
　サリー：木村老师给了两张电影票，我们一起去看电影好吗？
　山田：好啊。太好啦。
　サリー：Tôi đã nhận được vé xem phim từ cô Kimura, anh cùng đi xem chứ.
　山田：Vâng, được đó.

❼ 山田：It is a big cake, isn't it?
　サリー：Yes, I am going to give it to Kimura-sensee.
　山田：这么大的蛋糕？
　サリー：嗯！准备送给木村老师的。
　山田：Cái bánh to thật nhỉ.
　サリー：Vâng, để tặng cô Kimura đấy ạ.

❽ サリー：Yamada-san, This pen is nice, isn't it?
　山田：Really? Okay, I'll give it to you, Sally-san.
　サリー：Wow, thank you so much, Yamada-san.
　サリー：山田，这支笔，真好啊。
　山田：是吗？沙莉，那就给你呗！
　サリー：哇，谢谢啦！山田。
　サリー：Anh Yamada, cái bút này tuyệt nhỉ.
　山田：Vậy à. Vậy tôi tặng cô Sally đấy.
　サリー：Woa, cảm ơn anh Yamada.

❾ 山田：Sally-san, may I have this snack?
　サリー：Yes, please have some.
　山田：沙莉，这个小点心，可以给我吗？
　サリー：当然可以。请吧！
　山田：Cô Sally, tôi nhận (cho tôi)kẹo này được không?
　サリー：Vâng, xin mời anh ăn.

❿ 山田：Sally-san, will you give me this postage stamp from India?
　サリー：Yes, please have it.
　山田：沙莉，这张印度的邮票，可以给我吗？
　サリー：可以啦。
　山田：Cô Sally, cho tôi cái tem Ấn Độ này được không ạ?
　サリー：Vâng, được chứ.

49 山田さんが行ったきっさてんです

\ わくわく /

（　　）に a か b か書いてください。

Fill in the blanks with the appropriate answers: a or b. ／请在（　）中填 a, b。／Hãy viết a hoặc b vào trong ngoặc.

🔊 133

例

女：山田さん、これどこですか。
男：これ、大学の近くにある喫茶店。学生のとき、よく行ったんだ。

　a．これは山田さんが行った喫茶店です。
　b．これは山田さんが行く喫茶店です。

女：Yamada-san, where is this place?
男：This is the coffee shop near the university. I went to this place often when I was a university student.
　a．This is the coffee shop where Yamada-san used to go.
　b．This is the coffee shop where Yamada-san will go.

女：山田，这个，是哪儿啊？
男：这个，是大学附近的咖啡厅，上学的时候，常去。
　a．这是山田常去的咖啡厅。
　b．这是山田准备去的咖啡厅。

女：Anh Yamada, chỗ này là ở đâu ạ?
男：Đây á, là quán giải khát gần trường đại học. Khi còn là sinh viên, tôi đã rất hay tới quán này.
　a．Đây là quán giải khát mà anh Yamada đã đi tới.
　b．Đây là quán giải khát mà anh Yamada sẽ đi tới.

🔊 134

練習

❶ 女：この本、どうしたの？
　男：ああ、図書館で借りたんだ。
　女：あ、そう。

　a．これは図書館で借りる本です。
　b．これは図書館で借りた本です。

❷ 男：サリーさん、今、忙しい？
　女：うん。今からこの論文、読むの。

　a．これはサリーさんが読んだ論文です。
　b．これはサリーさんが読む論文です。

❶ 女：Where did you get this book?
　男：Ah, I borrowed it at the library.
　女：I see.
　a．This is the book he is going to borrow at the library.
　b．This is the book he borrowed at the library.

女：这本书，谁了？
男：哦，在图书馆借来的。
女：是嘛！
　a．这是在图书馆借书。
　b．这是在图书馆借来的书。

女：Cuốn sách này ở đâu ra thế?
男：À tôi đã mượn ở thư viện đấy.
女：A vậy à?
　a．Đây là sách sẽ mượn ở thư viện.
　b．Đây là sách đã mượn ở thư viện.

❷ 男：Sally-san, are you busy now?
　女：Yes. I am going to read this paper now.
　a．This is the paper that Sally-san read.
　b．This is the paper that Sally-san is going to read.

男：沙莉，现在，正忙着呢？
女：嗯，正要看一篇论文。
　a．这是沙莉看过的论文。
　b．这是沙莉要看的论文。

男：Cô Sally, bây giờ cô có bận không?
女：Ừm, bây giờ tôi đang định đọc luận văn.
　a．Đây là luận văn cô Sally đã đọc.
　b．Đây là luận văn cô Sally sẽ đọc.

❸ 女：鈴木さん、この映画、知ってる？
　男：うん。今度見るんだ、友だちと。

　　a．これは鈴木さんが見る映画です。
　　b．これは鈴木さんが見た映画です。

❹ 男：サリーさん、このお菓子、どうしたの？
　女：これ、私が作ったの。おいしいわよ。

　　a．これはサリーさんの作ったお菓子です。
　　b．これはサリーさんの作るお菓子です。

❺ 男：この古いアパートにだれが住んでいるのかな。
　女：アリさんが住んでいるんですよ。

　　a．これはアリさんが住むアパートです。
　　b．これはアリさんが住んでいるアパートです。

❻ 女：この写真の人、だれ？　きれいですね。
　男：北海道で会ったんです。

　　a．これは北海道で会う人です。
　　b．これは北海道で会った人です。

❼ 男：あ、それ、ぼくにくれるの？
　女：ちがいますよ。これは田中さんにあげるんですよ。

　　a．これは田中さんにあげたプレゼントです。
　　b．これは田中さんにあげるプレゼントです。

❸ 女：Suzuki-san, do you know this movie?
　男：Yes. I am going to see it with my friend soon.
　　a．This is the movie that Suzuki-san is going to see.
　　b．This is the movie that Suzuki-san saw.
　女：铃木，这个电影，知道吗？
　男：嗯。正要和朋友去看呢。
　　a．这是铃木要看的电影。
　　b．这是铃木已经看过的电影。
　女：Anh Suzuki biết phim này không?
　男：Vâng, tôi định lần tới xem cùng bạn.
　　a．Đây là phim anh Suzuki sẽ xem.
　　b．Đây là phim anh Suzuki đã xem.

❹ 男：Sally-san, where did you get these sweets?
　女：I made them. They are good.
　　a．These are the sweets that Sally-san made.
　　b．These are the sweets that Sally-san is going to make.
　男：沙莉，这个点心，怎么了？
　女：这个是我做的。很好吃的。
　　a．这是沙莉做的点心。
　　b．这是沙莉要做的点心。
　男：Cô Sally, kẹo này ở đâu ra vậy?
　女：Cái này, là tôi đã làm đó. Ngon lắm đấy.
　　a．Đây là kẹo cô Sally đã làm.
　　b．Đây là kẹo cô Sally sẽ làm.

❺ 男：I wonder who lives in this old apartment?
　女：Ali-san lives here.
　　a．This is the apartment that Ali-san is going to live in.
　　b．This is the apartment that Ali-san lives in.
　男：这个古老的公寓，什么人在住呢？
　女：阿里在这儿住啊。
　　a．这是阿里要住的公寓。
　　b．这是阿里住着的公寓。
　男：Không biết ai đang sống ở trong căn hộ cũ này nhỉ.
　女：Anh Ali đang sống đấy.
　　a．Đây là căn hộ anh Ali sẽ sống.
　　b．Đây là căn hộ anh Ali đang sống.

❻ 女：Who is this person in this photo? She is pretty, isn't she.
　男：I met her in Hokkaido.
　　a．This is the person he is going to meet in Hokkaido.
　　b．This is the person he met in Hokkaido.
　女：照片上的人，是谁啊？
　男：在北海道遇到的人。
　　a．这是在北海道要见的人。
　　b．这是在北海道遇见的人。
　女：Người trong bức ảnh là ai vậy? Đẹp thật.
　男：Người tôi đã gặp ở Hokkaido đấy.
　　a．Đây là người sẽ gặp ở Hokkaido.
　　b．Đây là người đã gặp ở Hokkaido.

❼ 男：Oh, are you going to give that to me?
　女：No, I am going to give it to Tanaka-san.
　　a．This is the present she gave to Tanaka-san.
　　b．This is the present she is going to give to Tanaka-san.
　男：诶，那个，是给我的吗？
　女：不是。是准备给田中的。
　　a．这是给了田中的礼物。
　　b．这是准备给田中的礼物。
　男：A, cái đó cho tôi à?
　女：Không phải đâu. Cái này để tặng cô Tanaka đó.
　　a．Đây là quà đã tặng cô Tanaka.
　　b．Đây là quà sẽ tặng cô Tanaka.

219

50 駅前でバスをおります
えきまえ

わくわく

aかbか選んでください。その後で、確かめてください。
えら　　　　　　　　　　　　　あと　　　たし

Select the appropriate answer: a or b. Then confirm your answer. ／请从 a，b 中选择正确答案。然后确认答案。／ Hãy chọn phương án a hoặc b. Sau đó, hãy kiểm tra lại.

🔊 135

例

❶ 駅前でバスを▼
えきまえ
　駅前でバスを降ります。
えきまえ　　　　お

❷ 東京駅でバスに▼
とうきょうえき
　東京駅でバスに乗ります。
とうきょうえき　　　　の

❶ I will get off the bus in front of the station.
在站前下车。
Tôi xuống xe buýt ở trước ga.

❷ I will get on the bus at Tokyo station.
在东京站坐车。
Tôi lên xe buýt ở ga Tokyo.

🔊 136

練習

❶ 大阪まで飛行機で▼
おおさか　　ひこうき
　大阪まで飛行機で行きました。
おおさか　　ひこうき　い

❷ 田中さんはタクシーを▼
たなか
　田中さんはタクシーを呼びました。
たなか　　　　　　　　よ

❸ サリーさんと図書館で▼
としょかん
　サリーさんと図書館で会います。
としょかん　あ

❹ 駅で中山さんを▼
えき　なかやま
　駅で中山さんを見ました。
えき　なかやま　み

❺ 駅で中山さんに▼
えき　なかやま
　駅で中山さんに会いました。
えき　なかやま　あ

❻ 大学の事務室で▼
だいがく　じむしつ
　大学の事務室で相談しました。
だいがく　じむしつ　そうだん

❼ 大学の事務室に▼
だいがく　じむしつ
　大学の事務室に行きました。
だいがく　じむしつ　い

❽ 大学のキャンパスを▼
だいがく
　大学のキャンパスを歩きました。
だいがく　　　　　　ある

❶ I went to Osaka by airplane.
坐飞机去了大阪。
Tôi đã đi tới Osaka bằng máy bay.

❷ Tanaka-san called a taxi.
田中叫了出租车。
Cô Tanaka đã gọi taxi.

❸ I will meet Sally-san at the library.
在图书馆见沙莉。
Tôi gặp cô Sally tại thư viện.

❹ I saw Nakayama-san at the station.
在车站看见了山中。
Tôi đã nhìn thấy anh Nakayama ở ga.

❺ I met Nakayama-san at the station.
在车站里见到了山中。
Tôi đã gặp anh Nakayama ở ga.

❻ I consulted him at the office in the university.
在大学的办公室咨询。
Tôi đã xin tư vấn ở văn phòng trường đại học.

❼ I went to the office in the university.
去了大学的办公室。
Tôi đã đi tới văn phòng trường đại học.

❽ I walked around the university campus.
在大学校园走走。
Tôi đã đi bộ trong khuôn viên trường đại học.

❾ まっすぐ行ってあの橋を▼
　まっすぐ行ってあの橋を渡ってください。

❿ まっすぐ行くと橋が▼
　まっすぐ行くと橋があります。

⓫ いいアパートを▼
　いいアパートを見つけました。

⓬ ボールペンで▼
　ボールペンで書いてください。

⓭ ボールペンを▼
　ボールペンを貸してください。

⓮ おもしろい本を▼
　おもしろい本を読みました。

⓯ この本は田中さんに▼
　この本は田中さんにもらいました。

⓰ 中山さんは部屋を▼
　中山さんは部屋をきれいにしました。

⓱ 入口の電気が▼
　入口の電気が消えましたよ。

⓲ 部屋の電気を▼
　部屋の電気を消しました。

⓳ 日本の円が▼
　日本の円が高くなりました。

⓴ だんだんお金が▼
　だんだんお金が少なくなりました。

❾ Please go straight and cross that bridge.
　请一直走，过桥。
　Hãy đi thẳng rồi qua cây cầu kia.

❿ If you go straight on, you will find a bridge.
　一直走，就会看到有一座桥。
　Cứ đi thẳng là thấy có cây cầu.

⓫ I found a nice apartment.
　找到了一个好的公寓。
　Tôi đã tìm thấy căn hộ tốt.

⓬ Please write with a ballpoint pen.
　请使用圆珠笔书写。
　Hãy viết bằng bút bi.

⓭ Please lend me your ballpoint pen.
　请借给我一下圆珠笔。
　Hãy cho tôi mượn bút bi.

⓮ I read an interesting book.
　看了一本很有趣儿的书。
　Tôi đã đọc cuốn sách hay.

⓯ I received this book from Tanaka-san.
　这本书是田中给我的。
　Cuốn sách này tôi đã nhận từ cô Tanaka.

⓰ Nakayama-san cleaned her room.
　中山把房间打扫干净了。
　Anh Nakayama đã dọn dẹp phòng.

⓱ The light at the entrance went off.
　门口儿的灯灭了。
　Điện ở lối vào đã tắt rồi đó.

⓲ I turned off the light in the room.
　关了房间的灯。
　Tôi đã tắt điện trong phòng.

⓳ Japanese yen has become stronger.
　日元升值了。
　Đồng Yên Nhật Bản đã tăng giá.

⓴ My money has gradually decreased.
　钱越来越少了。
　Dần dần tiền đã ít đi.

— Memo —

【著者紹介】

小林　典子（こばやし　のりこ）
元・筑波大学大学院人文社会科学研究科　教授

フォード丹羽　順子（ふぉーどにわ　じゅんこ）
元・佐賀大学国際交流推進センター　准教授

髙橋　純子（たかはし　じゅんこ）
都留文科大学　非常勤講師、明治大学　兼任講師、筑波大学　非常勤講師

梅田　泉（うめだ　いずみ）
元・熊本大学大学教育統括管理運営機構　准教授

三宅　和子（みやけ　かずこ）
東洋大学　名誉教授

【翻訳】
英語：Hiromi Rustigan、佐藤佳子
中国語：段麗君
ベトナム語：Phạm Thị Quỳnh Trang、横山直子（翻訳協力）

【イラスト】
酒井弘美

MP3を以下のウェブサイトからダウンロードできます。
https://www.bonjinsha.com/wp/wakuwaku1

新・わくわく 文法リスニング 100
―耳で学ぶ日本語―　[1]

2017年　3月20日　初版第1刷発行
2024年11月15日　初版第6刷発行

著　　　者　小林典子，フォード丹羽順子，髙橋純子，梅田泉，三宅和子

発　　　行　株式会社　凡　人　社
　　　　　　〒102-0093
　　　　　　東京都千代田区平河町1-3-13
　　　　　　TEL：03-3263-3959

装丁デザイン　コミュニケーションアーツ株式会社
印刷・製本　倉敷印刷株式会社

ISBN 978-4-89358-919-4
©Noriko KOBAYASHI, Junko FORD-NIWA, Junko TAKAHASHI, Izumi UMEDA and Kazuko MIYAKE
2017 Printed in Japan
落丁本・乱丁本はお取り替えいたします。

本書の一部あるいは全部について、著作者から文書による承諾を得ずに、いかなる方法においても無断で転載・複写・複製することは、法律で固く禁じられています。